I0603841

MÙA TRĂNG

MÙA TRĂNG

ĐỖ TRƯỜNG
Truyện ngắn - Tùy bút - Tản văn

Dàn trang:
TRẦN HỒNG GIANG

Thiết kế bìa:
UYÊN NGUYÊN TRẦN TRIẾT

Nhà Xuất Bản
NHÂN ẢNH, 2023
ISBN: 978-1-0882-8090-4

Đỗ Trường

MÙA TRĂNG

(Truyện ngắn - tùy bút - tản văn)

NGƯỜI ĐÀN BÀ
TRONG ĐÊM

Mùa đông năm nay, châu Âu không có nhiều tuyết rơi, và những cơn gió lạnh thấu hồn người. Song cái rét cứ dùng dằng, dai dẳng. Gần hết tháng 4 rồi, dường như cái lạnh còn ủ ở đâu đó. Mặt trời đã lấp ló, vậy mà sân ga Leipzig vẫn còn vắng bóng người. Và bất chợt có những cơn gió rít lên từng hồi, như gió bấc nơi quê nhà vậy. Khi tôi đến, tàu Leipzig đi Nürnberg, München đã chuẩn bị rời bến. Nhảy vội lên, và tôi đi ngược về phía đầu tàu. Đến toa Bistro, tôi đứng lại, định mua ly cafe. Bất chợt có tiếng khẽ gọi, và hỏi: Trường! Đỗ Trường phải không?. Tôi giật mình quay lại, thấy đôi vợ chồng già Việt- Đức ngồi ở bàn ăn, bên cửa sổ, với khuôn mặt lạ hoắc. Tôi gật đầu cười cười, nhưng mặt nghệt ra. Người đàn bà đứng dậy, đi về phía tôi: Đúng Đỗ Trường rồi, em không nhận ra chị thật sao? Tôi nhíu mắt, lặng yên... và lắc đầu. Chị vồn vã, nói một thôi một hồi: Giang,

Vũ Lê Giang, bạn (nhà văn) Dương Thu Hương, chị của Dương Hoài Nam... Thời Đông Đức, các em đã từng đến thăm chị ở đội may 500 trên đồi...

Tôi sững người, bối rối: Vâng, em nhớ chị, nhà thơ Vũ Lê Giang... nhưng nhìn thấy khác lạ quá...

Như sực nhớ ra, và có lẽ bản tính thẳng ruột ngựa trở về, nên chị huych toẹt luôn: Giời đất ơi! Có tý tiền đâm rửng mỡ em ạ. Mặt mũi chị đã được sửa sang, tân trang lại đấy. Chứ để cái khuôn mặt cười tưởng khóc, khóc lại ngỡ cười của chị, ai nhìn vào cũng phải bỏ chạy, tủi thân phụ nữ, xấu hổ ban đại diện lắm.

Câu nói thành thật, pha một chút cay đắng ấy, làm tôi nghèn nghẹn, suýt bật ra tiếng cười, như ngày đầu gặp và quen chị, từ gần 40 năm trước...

Chiều cuối tuần, của năm đầu thập niên tám mươi, Dương Hoài Nam (Nam Võ) ra nhà rủ tôi về Bắc Ninh. Dường như gia đình hắn có cúng giỗ gì đó. Thời gian này, Nam Võ đang theo học trường Đại học văn hóa. Còn tôi chán nản, dẫn đến bỏ việc làm, nên đi cùng hắn ngay. Đám giỗ đông vui, khách khứa chủ yếu là các nhà văn, nhà thơ bạn của chị Dương Thu Hương.

Trời vào đêm, tôi và Nam Võ ra đầu hè, ngồi đàn ca khật khừ. Lúc đầu, các bác nhà văn, nhà thơ cùng hò hét khá xôm tụ. Trong đó, có một số bác tên tuổi cũng kha khá, đang theo học Trường viết văn Nguyễn Du. Về khuya, tôi và Nam Võ chuyển nhạc, thay nhau đàn hát những bản của Vũ Thành An, Phạm Duy, Trịnh Công Sơn, Vũ Đức Sao Biển... các bác tự nhiên biến mất. Lúc sau, có tiếng kéo ghế, tôi chợt ngẩng lên, và hơi bị giật mình, khi bắt gặp khuôn mặt kỳ dị của người đàn bà trong đêm. Có lẽ, cảm nhận được điều đó, nên chị thu người lại. Nam Võ vội giới thiệu: Đây là chị Giang, nhà thơ Vũ Lê Giang. Tôi dừng đàn. Và cầm bàn tay lạnh ngắt, khi chị chìa sang tôi. Chị cười, với khuôn mặt nhăn xoắn lại, méo mó. Gặp lần đầu, tôi ngỡ chị khóc. Rồi chị với ba chiếc cốc và nhấc chai rượu được bọc ủ khá kỹ, từ sau cửa:

- Đây là rượu quê chị, tuy không thể so sánh với Làng Vân, song có hương vị rất đặc biệt. Cạn phát cho khí thế nhé.

Có thể nói, thần kinh, tửu lượng của chị rất tốt. Sâu rượu như Nam Võ cũng phải bái phục chị. Rượu vào lời ra, chị quy tuốt tuồn tuột đại từ nhân xưng, sở hữu về một mối: Mày, tao cho đồng hạng. Chị bảo, thích nhất bản Không Tên Số 4 của Vũ Thành An, với những câu từ: *"Triệu người quen có mấy người thân/ Khi lìa trần có mấy người đưa"*. Có lẽ, nó vận đời chị sau này. Khi nãy, ngồi ở trong nhà, nghe chúng tôi đàn hát, chị đã khóc. Rồi chị yêu cầu chúng tôi đàn lại bản nhạc này, cho chị hát cùng...

Trăng hạ huyền gầy cong như lưỡi liềm, đã mờ dần sau ngọn đa ở bên kia con phố nhỏ. Chị vẫn uống, và chị hát. Tiếng hát của chị như lạc vào cõi đêm. Nam Võ gật gù, vượt ngưỡng, hỏi:

- Đã hơn ba mươi mùa lá rụng, sao chị vẫn cô đơn như vậy?

Chị dừng hát, đôi mắt trắng hoang dại như rọi vào khoảng không trước mặt. Rồi bất ngờ, chị bá vai hai thằng tôi:

- Hai thằng có tin, đến nay chị mày vẫn còn là con gái không?

Nam Võ và tôi lặng người nhìn chị. Với linh cảm, có lẽ chị đã nhận ra sự cảm thông hiện lên từ ánh mắt rất gần của chúng tôi. Xoay người, chị cầm chai rượu, rồi bảo, "campuchia" cho ba ly cuối cùng nhé! Chúng tôi chưa kịp trả lời, chị đã nói tiếp, mười lăm năm từng là thanh niên xung phong cho đến người lính, và trở thành nhà thơ, nhà văn, song tình yêu với chị là một sự hoàn toàn xa lạ. Bởi, cái gương mặt nhem nhuốc, dị dạng của chị. Sự xa lánh của mọi người, và cái bất hạnh đó, luôn làm cho chị tự ti, mặc cảm. Và nỗi cô đơn, dày vò ấy, đã ủ chín tâm hồn chị vào trong văn thơ. Rồi cũng chính văn thơ cho chị khát vọng. Chị thích và yêu bóng đêm. Dường như bóng tối cho chị sự đồng cảm và tự tin hơn chăng? Có những đêm thời chiến lang thang một mình giữa rừng sâu, hay sau này, lầm lũi trên con ngõ vắng, chị thầm mong, bị (hay được) một kẻ lưu manh, giang hồ xa lạ nào đó bắt giữ làm nhục, để trở thành người đàn bà một đêm...

Dứt lời, chị ngửa cổ, dốc ngược ly cuối cùng, rồi đứng dậy, vỗ vỗ vào vai chúng tôi: Đôi khi, có suy nghĩ điên rồ như vậy đấy chúng mày ạ!

Mắt tôi cay sè, ngước nhìn lên, không hiểu chị đang khóc, hay đang cười. Nhưng với âm giọng xúc động ấy của chị, dường như ít có người phụ nữ nào đủ can đảm nói thẳng tưng như vậy...

Thấy chúng tôi đứng chiêm bao, hầu đồng chắn lối đi trên tàu đã khá lâu, nên người bán hàng giục trả tiền cafe, làm tôi giật mình. Vừa lấy ly cafe, chị kéo ngay tôi về bàn của mình. Giới thiệu tôi với chồng, người đàn ông xứ Schwaben. Không biết tiếng Việt, song có lẽ, ông hiểu được sự việc qua thái độ, tâm trạng của chúng tôi. Vừa ngồi xuống, chị đã hỏi:

- Đỗ Trường đi đâu một mình thế này?

- Nürnberg. Bởi, Phương Thảo, con gái của vợ chồng Sinh Liên bạn em bị mất vì tai nạn ô tô. Hôm nay 49 ngày của cháu.

Chị giật mình, ngạc nhiên, nhưng vẫn hỏi lại:

- Có phải Sinh, trước phiên dịch cho đội bóng đèn ô tô ở Eisenach không?

- Đúng rồi.

- Vậy thì, chị biết vợ chồng Sinh Liên. Bởi, trước đây chị cũng ở Nürnberg, cạnh nhà nhau. Cách nay hai chục năm, chị chuyển về München, cháu Phương Thảo còn bé tí tẹo. Chị chưa thể thăm Sinh Liên ngay được. Em cho chị gửi lời chia buồn đến vợ chồng nó nhé.

Ra khỏi thành phố, con tàu như lạc vào cánh đồng vàng màu hoa cải, trải dài theo những cánh quạt điện gió, và mặt trời. Bức tranh đồng quê ấy, dường như gợi lên thi hứng bất chợt, chị khẽ đọc. Không bật thành tiếng, song tôi cảm được mấy câu từ Trường Ca Tổ Quốc của tôi. Trong một lần cùng với Nam Võ đến thăm, rượu vào hăng tiết vịt, tôi đã đọc cho chị nghe, cách nay đã trên ba chục năm:

"... Mẹ là những cơn gió hè đưa con vào mùa gặt

Gọi nắng về làm cho thóc ai khô

Mẹ là những câu chuyện tình bất tử

Để đá Vọng Phu đứng đợi ai về..."

Tôi xúc động cảm ơn chị có trí nhớ tuyệt vời, và luôn nhớ đến đám đàn em. Rồi hỏi, dạo này, chị còn hứng thú với thơ phú nữa không. Chị cười: Còn viết, nhưng không nhiều, bởi có lẽ, ngoài cảm hứng còn do tuổi tác nữa. Rồi chị ghé tai tôi: Hình như, sự đầy đủ, bình yên, ít nhiều đã làm rơi rụng đi cảm hứng viết, và mài mòn chí khí của nhà văn...

Tôi không thể chia sẻ, đồng cảm hết những suy nghĩ này của chị, nên đã cắt ngang lời:

- Đã mấy lần, em được Nam Võ kể cho nghe về nỗi đắng cay, u buồn của chị và gia đình. Nhiều đoạn không thật rõ ràng, và có chút mâu thuẫn, nhưng lần nào cũng vậy, luôn làm cho người nghe bị ám ảnh. Vài lần, em định hỏi chị, nhưng không tiện. Đến nay, thời gian đi qua đã rất lâu rồi, nếu được, chị có thể kể rõ hơn được không?

Chị không trả lời, mà với mắt nhìn khoảng không thoắt hiện qua ô cửa tàu. Rồi chị quay sang tôi, hai mắt ngân ngấn như có nước. Và câu chuyện của chị được bắt đầu như vậy...

Mới tám tuổi, song hình ảnh người cha bị mẹ xỉa xói, đấu tố cho đến chết, vẫn ám ảnh, day dứt, không thể xóa nhòa trong trí nhớ của chị. Cha chị là người nhân từ, phúc hậu, nhưng chị lại mang dáng vóc, khuôn mặt kỳ dị của mẹ. Không ai biết nguồn gốc, thân thế của mẹ chị. Chỉ biết, bà được người đánh dậm nhặt được ở bờ sông mang về nuôi dưỡng. Và từ đó Nhặt cũng là tên gọi của bà. Năm Nhặt lên mười, người đánh dậm bị bệnh qua đời. Nhặt quanh quẩn xin ăn ở nơi đình chùa, và chợ búa. Tuy nhiên, với khuôn mặt kỳ dị, thân người bẩn thỉu, nên Nhặt thường bị khinh miệt, xua đuổi. Thương tình, cụ Cửu Bình mang về nuôi, và sai vặt trong nhà. Cụ Cửu có người con trai duy nhất là Vũ Lê cũng đã có vợ con, nhưng thường phải đi làm ăn xa. Năm cụ Cửu qua đời, Vũ Lê mới về ở hẳn nhà. Vũ Lê vẫn để Nhặt giúp việc vặt. Khi Nhặt đến tuổi trưởng thành, Vũ Lê đánh tiếng và nhờ người mai mối, với của hồi môn kha khá. Nhưng gặp Nhặt một lần, không một gã đàn ông nào đủ can đảm quay trở lại. Đến năm tuổi tròn ba mươi, Nhặt càng héo hắt. Đột nhiên, Vũ Lê tuyên bố, Nhặt sẽ là bà hai trong nhà. Mọi người ngơ ngác, cứ tưởng ông đùa. Thời gian sau, bụng Nhặt phình ra như cái rá úp. Lúc đó, mọi người mới tin là sự thật. Khi Nhặt đẻ con gái, Vũ Lê mừng lắm, đặt tên là Vũ Lê Giang. Và tự tay ông sửa mới ngôi nhà ngang cho mẹ con Nhặt. Vậy mà, không hiểu ăn phải cái bả gì, cải cách ruộng đất, Nhặt tố ngược lại ông Vũ Lê, và bà cả. Ông Vũ Lê bị xử tử, bà cả và con cái bị đuổi ra khỏi nhà.

Năm sau, đi mò hến, sông không sâu, không hiểu sao, Nhặt bị nước cuốn trôi, mấy ngày sau xác mới nổi lên. Dân làng bàn tán, đó là quả báo, do ăn ở thất đức của Nhặt. Mẹ chết, Vũ Lê Giang được bà cả đón về nuôi ăn học. Tuy khuôn mặt kỳ dị, nhưng Vũ Lê Giang học rất giỏi, có năm được nhảy cóc lên lớp. Tốt nghiệp (cấp ba) trung học, Vũ Lê Giang thừa điểm du học nước ngoài. Nhưng với cái lý lịch nhọ như đít chảo, tương lai của chị chỉ có thể lấy đít trâu làm thước ngắm. Do vậy, chính quyền có lần gợi ý: Mẹ chị ở đợ, bần cố, thành phần ưu tú của chế độ, trong cải cách có công tố cáo, đấu tranh giai cấp. Nếu chị khai lại lý lịch, từ bỏ mục bố là địa chủ Vũ Lê, như mẹ chị đã từng làm trước đây, có thể chính quyền sẽ xem xét cho học ở trong nước.

Vũ Lê Giang thẳng thừng từ chối, thà chết ngay, chứ không từ bỏ bố, từ bỏ gia đình, anh chị em, dù chỉ trên giấy tờ. Tính chị là vậy, sự chính trực, thẳng thắn, bất cần có ngay từ buổi đầu, khi chập chững vào đời.

Để giải thoát, năm 1966, vừa tròn 20, chị xung phong vào bộ đội. Vẫn cái vết đen lý lịch, chính quyền địa phương, cũng như tỉnh đội, tỉnh đoàn chỉ chấp nhận cho chị vào lực lượng thanh niên xung phong...

Đêm tháng 5 trời oi nồng, vậy mà cung đường qua núi Nấp màn đêm đổ xuống rất nhanh. Vũ Lê Giang siết và kiểm tra chiếc bu lông cuối cùng để phát lệnh thông tàu. Chợt có tiếng gầm rú, bầu trời bị xé toạc ở trên đầu, chị vội nằm úp mặt xuống đường ray. Tiếng nổ, đất rung chuyển cắt phăng tiếng quát của ai đó: Chúng đánh bom tọa độ. Bị sức ép chị lộn mấy vòng, nằm ngửa mặt lên trời. Đất đá quyện với máu, thịt người tung lên rào rào, hất thẳng vào chị. Tai ù đặc, chị lịm dần...

Khi chị tỉnh dậy, dường như đã quá nửa đêm. Cố cựa quậy, sờ nắn thấy chân tay vẫn còn đầy đủ, chị định bò dậy, nhưng không được. Người đau nhừ, dù không có vết thương. Chị lấy ngón tay móc bùn đất còn dính chặt ở hai lỗ tai. Máu từ từ chảy dính bết xuống chân tóc. Im lặng, và ngột ngạt. Bên kia cầu Hàm Rồng, pháo sáng vẫn còn treo lơ lửng, rọi vào những vòng khói đen cuộn lên như tạc vào nền trời. Đến gần sáng, người của đơn vị, và dân làng mới tìm thấy chị, đưa về bệnh xá. Mới một năm ở trên cung đường này, chị đã thoát chết rất nhiều lần. Song có lẽ, 40 người chết và bị thương đêm đó, là trận bom khủng khiếp nhất.

Và những bài thơ, tùy bút đầu tay của chị được vắt ra bằng cảm xúc thực, từ nỗi đau bi thương ấy.

Tin một số văn nghệ sĩ trên đường trở lại chiến trường dừng chân ở núi Nấp, làm đơn vị chị rất phấn khởi. Đêm giao lưu ca hát, văn thơ diễn đơn giản, vui vẻ. Không ngờ những bài thơ của chị đọc lên được mọi người đồng cảm, và xúc động đến vậy. Ngay sau đó, nhà thơ Phạm Tiến Duật khen ngợi, và bảo chị, hãy chép tất cả những bài thơ đó lại, để anh gửi ra Tạp chí Văn nghệ Quân đội.

Lúc đầu chị không tự tin cho lắm, và cứ tưởng Phạm Tiến Duật khen cho vui vậy thôi. Nhưng không ngờ, mấy tháng sau, thơ chị không chỉ trên Văn nghệ Quân đội, mà Báo Văn nghệ của Hội nhà văn cũng đăng và giới thiệu mấy kỳ liền. Từ đó, trong đơn vị, từ sếp lớn đến người đầu bếp nuôi quân, ai cũng gọi chị là nhà thơ.

Kể đến đây, chị bật cười. Tiếng cười có vẻ sảng khoái lắm...

- Làm thế quái nào, đang là thanh niên xung phong chị trở thành bộ đội, rồi suýt nữa phải ngồi bóc lịch?

Thấy tôi hỏi tiếp, chị thôi cười, hai con mắt nhíu lại: Thì cũng từ thơ văn thôi. Ngày đó có thơ đăng báo, nhất là hai ông báo Văn nghệ, và Tạp chí Văn nghệ Quân đội là oách xì dầu lắm. Và đương nhiên mình trở thành nhà văn, nhà thơ rồi còn gì nữa. Được bạn bè khen tặng, báo chí ngợi ca, đâm ra cái máu dở dở, ương ương gọi là nghệ sĩ đều lòi ra lúc nào cũng chẳng hay. Lúc đó, đơn vị chị đã chuyển vào gần Binh trạm 22. Trong người, tự nhiên cảm thấy bức bối, chật chội, chị xin chuyển vào phía trong, nhưng không được. Do vậy, nhân ngày nghỉ, rình đúng mấy gã lái xe quen mê thơ, chở hàng vào trong, chị xin đi nhờ. Đến Binh trạm 33, rất may gặp ngay nhà thơ Phạm Tiến Duật đang ở đó. Duật ngạc nhiên hỏi:

- Nhà thơ đi đâu thế này?

Chị kéo tuột Duật ra ngoài:

- Em xin chuyển vào trong này, nhưng không được, nên tự động chuồn vào đây. Anh có cách nào cho em ở lại Binh trạm.

Duật giãy nảy lên:

- Vô kỷ luật vậy là không được. Mà trong này nguy hiểm, ác liệt hơn ngoài đấy nhiều...

Ấn tập bản thảo thơ, tùy bút, truyện ngắn vào tay Phạm Tiến Duật, chị bảo:

- Anh xem, em viết như bổ củi thế này. Nếu không đi thẳng vào chiến trường thực tế, tìm tư liệu, thì làm sao viết?

Duật đọc lướt qua, và nghe chị nói có lý, nên gật gù:

- Thôi được, thôi được... Có giấy tờ gì thì đưa đây, để anh trình bày với Binh trạm thế nào đã.

Chẳng hiểu Duật nói gì, hôm sau Trạm trưởng gọi chị vào. Đe nẹt, lên gân một hồi, rồi ông bảo:

- Binh trạm sẽ gửi công văn cho Tổng đội thanh niên xung phong, và đơn vị cũ. Em tạm thời về đại đội kho. Em viết hay lắm. Về đơn vị mới cố gắng viết thật nhiều nhé.

Sau này chị mới biết, lãnh đạo Binh trạm ông quái nào cũng khoái văn thơ. Nên với văn nghệ sĩ thường mắt nhắm mắt mở. Vì thế, chẳng riêng nhà thơ Phạm Tiến Duật, ông nhà văn, nhà thơ nào qua lại binh trạm cứ tự nhiên như ở nhà vậy.

Năm sâu trong khu vực đèo Tha Mé, nhà kho nhìn chẳng khác gì lán trại. Lưng tựa vào vách núi, cửa thông với hang, ngách nhỏ. Không xa có những ngôi làng bỏ hoang của người Vân Kiều, và Pa Cô. Khi Vũ

Lê Giang đến chỉ còn hai người trông coi ở đó. Bom đạn ngày càng ác liệt. Kho trống trơn, có lẽ nơi đây là điểm đón tiếp thương bệnh binh thì đúng hơn. Tuy thiếu đói, bệnh tật cùng bom đạn trút xuống hàng ngày, nhưng công việc khá tự do, nên chị có nhiều tư liệu, cảm hứng viết lách. Văn thơ có tính thời sự của chị xuất hiện đều trên các trang báo lớn. Do vậy, không chỉ Binh trạm, mà cả Lãnh đạo Bộ tư lệnh cũng biết đến nhà thơ Vũ Lê Giang.

Mới chớm sang hè, vậy mà gió Lào đã quất cái nóng vào mặt người. Mảnh đất sặc mùi tử khí nơi đây như kéo hồn người đến gần hơn với cái chết. Cố gượng dậy sau mấy ngày nằm bẹp, Vũ Lê Giang men theo nương sắn ở bên kia con suối, hy vọng kiếm được nắm rau rừng, sau trận mưa của tuần trước. Được mấy bước, nghe có tiếng động nhẹ, chị vội nằm xuống quan sát. Rồi tiếng rên, tiếng thở khò khè nặng nhọc từ đó vẳng lên. Với kinh nghiệm, chị biết ngay có người bị thương và đang trong tình trạng sốt cao, kiệt sức. Chị bò lại, gặp người đàn ông nằm co quắp, mắt nhắm nghiền, tay nắm chặt gốc sắn đã bị mảnh bom phạt ngang thân. Với quần áo của người đi rừng bản địa, chị không thể biết ngay, hắn từ đâu đến... Mà vùng này làm chó gì còn người dân nào. Không lẽ là thám báo, hay B quay (bộ đội đào ngũ)? Do vậy, chị lật áo hắn, chỉ tìm thấy mấy vết thương ở phần mềm, nhiễm trùng rất nặng. Kiểu sắp (thở) hắt ra như thế này, có lẽ do mất máu nhiều và đói khát lâu ngày thôi. Nếu được cứu ngay, may ra sống. Sắp nghẻo, nằm hiền khô như thế này, còn đánh đấm, hận thù gì với nhau nữa. Vũ Lê Giang lẩm bẩm như vậy, rồi quay về tìm người cùng đưa hắn về kho. Chị rửa ráy vết thương, và chăm sóc cho hắn. Mấy ngày sau, vết thương bắt đầu khô miệng, da dẻ hồng hào trở lại, song hắn có vẻ còn li bì, chỉ có thể lắc, gật, khi hỏi chuyện. Vậy mà, sáng hôm sau, tỉnh dậy, chị không thấy hắn đâu. Cứ ngỡ, hắn đã có thể tự đi vệ sinh cá nhân ở đâu đó. Lúc sau chị quay lại, và đi tìm không thấy... Vậy là hắn đã chuồn rồi.

Cứ tưởng vậy là xong, không ngờ mấy ngày sau người của Binh trạm và An ninh đến tìm, và hỏi chị về mối quan hệ với hắn. Lúc đó chị mới biết hắn là lính thám kích thuộc Quân đội Việt Nam Cộng Hòa. Sau đó, chị bị đưa về Binh trạm để điều tra. Trước sau chị khai đúng sự việc đã xảy ra, và chỉ nhận lỗi không báo cáo ngay sự việc lên các cấp chỉ huy. Với bảy năm ở chiến trường và là một nhà thơ khá nổi tiếng, nên sự việc của chị cứ như trái banh bị đẩy đi, đẩy lại mãi.

Năm sau, chị mới được chuyển ra Bắc, và làm văn nghệ địa phương. Rồi những năm bảy chín, tám mươi của thế kỷ trước, cả nước đói. Nếu đi được, ai cũng muốn chuồn ra khỏi quê hương, tổ quốc mình. Và chị bỏ lại tất cả, khăn gói sung vào đội quân cày thuê, cuốc mướn ở Đức...

Dừng lại giây lát, rồi bất chợt chị giật giọng hỏi tôi, rồi kể tiếp: Em có biết không? Có một điều rất thú vị. Khi bức tường Berlin sụp đổ, chị chuồn sang Tây Đức, ngụ tại thành phố Nürnberg. Thời gian sau, chị vào làm ở nhà máy bia (brauerei). Một hôm, đang mải rửa vỏ chai, thấy có một gã người Việt cũng làm ở nhà máy, cứ đứng nhìn chị. Từ xưa đến nay, thằng đàn ông nào nhìn vào cái bản mặt chị, bảo đảm không quá một vài giây cũng phải bỏ chạy. Vậy mà, thằng cha này bị bệnh thần kinh hay sao, nên mới đủ dũng khí nhìn chị chằm chằm như vậy. Thôi kệ nó, không nghĩ ngợi nhiều cho đau đầu. Sáng hôm sau, chị vừa đến cổng nhà máy, thấy gã đã đứng đó từ bao giờ. Thấy gã ngập ngừng, chị trợn mắt. Tưởng hắn biến. Nhưng không. Hắn đến gần và hỏi:

- Có phải những năm đầu thập niên bảy mươi, chị là bộ đội đóng quân ở khu vực đèo Tha Mé không?

Chị giật mình, gật đầu:

- Đúng rồi, sao ông biết.

Hắn cười:

- Tôi chính là người sắp chết ở rẫy sắn, được chị cứu năm xưa đây.

Chị ngạc nhiên hỏi lại:

- Sao ông nhận ra tôi?

- Bởi cái khuôn mặt của chị, làm tôi ám ảnh. Hôm nay gặp được chị ở đây, dù thế nào đi chăng nữa, tôi cũng nói lời cảm ơn. Một lời tôi đã nợ chị rất lâu rồi.

Quá khứ hiện về, tự nhiên chị bật ra một câu, dường như vô thức:

- Đ. mẹ ông. Ông đi rồi, nó hành khổ tôi.

Thế rồi, ôm nhau cười chảy ra nước mắt.

Rồi chị quay sang ông chồng người Đức, bảo: Chồng chị là bạn đồng nghiệp của hắn. Và chính hắn là người mai mối cho chị. Hơn chục năm trước, vợ chồng hắn cứ thúc giục chị phải làm lại khuôn mặt. Thấy chị lưỡng lự, chồng chị và vợ chồng hắn ép chị về bằng được Sài Gòn. Bây giờ khuôn mặt của chị mới được như thế này, trách gì Đỗ Trường nhận không ra.

Tàu đã vào ga Nürnberg, tôi đứng dậy tạm biệt vợ chồng chị. Nắm tay tôi chị hỏi, theo Đỗ Trường, chị có nên làm tuyển tập không. Tôi trả lời, đã ở cái tuổi 73 và có bề dày của sự nghiệp văn chương, chị nên làm. Thế Đỗ Trường giúp chị lọc và biên tập cuốn này nhé. Vâng! Nhất định em sẽ giúp chị trong khả năng của mình.

Leipzig ngày 27-5- 2019

VẤN CHẬP

Đã chớm sang thu, vậy mà cái nóng ngoài trời vẫn làm cho màn đêm Budapest buông muộn hơn. Phố lên đèn, dòng sông Danube ánh lên như một chiếc cầu vồng vắt ngang thành phố. Từ quán rượu vang nhỏ dưới chân cầu Xích, chúng tôi thả bộ theo những con thuyền đang ngược về phía tây, nơi cuội nguồn dòng nước. Không gian tĩnh hơn, khi chúng tôi rời xa trung tâm thành phố. Lác đác ven sông, thợ câu đêm đã buông cần. Có lẽ, đã thấm mệt, Nam Võ ngồi bệt xuống thềm đá, đường xuống bến sông, nơi có hai người thợ câu. Quay lại và ngước nhìn lên, trăng đã treo ngang Lâu đài Buda. Vỗ vai Bình Thu, tôi nói chưa hết câu: Quay về, mệt quá rồi... chợt thoảng nghe như có tiếng Việt hắt lên từ bến sông. Tôi hơi sững người lại. Có lẽ, hai gã thợ câu là người Việt, Bình Thu bảo vậy, rồi quay ngoắt xuống bến. Lúc sau, Nam Võ đứng dậy kéo tay tôi, lẩm bẩm: Bình Thu làm quái gì dưới đó mà lâu thế nhỉ. Ta xuống kiếm mấy con cá về làm mồi nhậu tiếp, chứ khi nãy uống vẫn chưa đủ đô. Mấy nay, lạ chỗ khó ngủ lắm...

Khi tôi và Nam Võ xuống tới nơi, đã thấy Bình Thu đang mân mê hai con cá trong rọ khá to. Tôi không biết tên, nhưng nhìn như cá trôi nơi quê nhà vậy. Tôi và Nam Võ chưa kịp chào, người đàn ông lớn tuổi đã đứng dậy, và hỏi:

- Các ông từ Đức sang phải không?

- Sao bác biết? - Nam Võ hỏi lại.

- Nhìn thì biết thôi. Bởi, người Việt sống lâu ở đâu, đều bị ảnh hưởng tính cách, tác phong của nước đó.

Dưới ánh điện vàng đục, tôi thấy khuôn mặt gã đàn ông này rất quen, nhất là giọng nói. Thấy tôi ngẩn tò te nhìn, gã đến gần đặt tay lên vai:

- Trường! Đỗ Trường, ở lò mổ Leipzig cũ phải không?

Tôi gật đầu, tuy nhiên vẫn phải nói:

- Xin lỗi, em vẫn chưa thể nhận ra bác!

Gã cười cười:

- Vấn Chập! Nguyễn Văn Vấn cựu lehrling, học nghề cơ khí nông nghiệp Magdeburg. Đã ba chục năm rồi, Đỗ Trường không nhận ra tôi cũng phải thôi. Tôi nhận ra, bởi thường đọc, và theo dõi ông trên Facebook.

Ký ức vụt về, tôi chợt thốt ra:

- Ôi! Bác Vấn. Bảy sập mà nhìn bác cứ như giai tơ thế kia, bố thằng em nhận cũng chẳng ra. Mà này, nghe nói, sau cái vụ ấy, bác chuồn sang Ba Lan, hay Tiệp, rồi về nước. Sao bây giờ còn luẩn quất ở đây?

Vấn Chập chỉ tay lên cái đầu trọc lốc của mình, chẳng khác gì cái đầu của Nam Võ đứng cạnh:

- Ông cứ hay khen đểu... Thì về nước đã mấy chục năm, sống trong tâm trạng Unruhe (bồn chồn, bất an). Cũng may, các cháu chịu khó học hành, nay đã trưởng thành cả. Hơn chục năm trước, vợ chồng thằng con cả sang nghiên cứu sinh ở Đại học kỹ thuật Budapest. Học xong, chúng nó không chịu về nước. Hè 2019, nó mời vợ chồng tôi sang chơi, nhưng dịch cúm Tàu nên giờ nằm bẹp ở đây. Buồn buồn, chiều tối cùng ông bạn trẻ hàng xóm ra câu giải sầu vậy thôi...

Tôi cắt ngang lời gã:

- Số bác đầu đời cũng nhọ, cuối đời nghe chừng êm ái nhỉ!

Nghe tôi hỏi vậy, hai mắt Vấn Chập nháy nháy, giọng chùng xuống:

- Êm ái chó gì ông. Ám ảnh, và day dứt lắm...

Mải hàn huyên, trăng đã lên ngang đỉnh đầu, chúng tôi đành phải tạm biệt Vấn Chập. Gã cứ phàn nàn rằng thời gian quá ít, bởi chiều mai chúng tôi đã phải trở về Đức. Và như chợt nhớ ra, Vấn Chập đưa bút giấy, bảo tôi ghi cái địa chỉ nhà nghỉ, để sớm mai gã đến cà phê sáng cùng. Dứt lời, gã ấn vào tay Bình Thu cái giỏ cá, miệng liến thoắng, làm cho chúng tôi không thể từ chối: Muộn thì muộn, mang về nhà nghỉ, hấp hay rán ngay... nhậu tiếp nhé! Âu cũng là một kỷ niệm nho nhỏ.

***

Thật ra, không phải sang Đức, tôi mới quen Vấn Chập. Mà ngay những năm cuối thập niên bảy mươi, ngày đang học năm cuối (cấp 3) trung học ở Nam Định, tôi và gã đã quen thân. Dù gã lớn hơn tôi đến gần một con giáp. Khi ấy, gã vừa từ trại an dưỡng thương binh gì đó về phục viên. Không hiểu cái biệt danh Vấn Chập vận vào gã từ khi nào. Nhưng phải nói, Vấn Chập thổi sáo và có giọng hát rất hay. Chẳng vậy, gã vừa phục viên là liền được gọi ra phụ trách văn hóa làng xã ngay. Nghe nói, ngày còn ở trại an dưỡng thương binh, nếu không bị trầm cảm, chập cheng, thì gã đã được chuyển về Trường nghệ thuật quân đội chứ chẳng đùa đâu.

Công việc hằng ngày của Vấn Chập là kẻ vẽ các khẩu hiệu, đại loại như, sinh đẻ có kế hoạch, hay chống mê tín dị đoan, hoặc cái nọ muôn năm, cái kia trường tồn... Và tôi gần gũi, thân quen với Vấn Chập trong một lần với cái gọi làm văn hóa như vậy. Lần ấy, có lẽ gã phải tởn đến chết:

Số là, từ cái thuở lập ấp, cạnh con đường làng của gã đã có một ngôi mộ tự phát rất linh thiêng. Các cụ trong làng kể, có một cô gái trẻ chết trôi, không biết từ đâu dạt vào bến sông. Dân làng vớt lên, và trình báo với tất cả các châu, huyện. Nhìn cách ăn vận của cô đúng là con nhà quyền quý, cao sang. Vậy mà, không một ai đến nhận. Dân làng buộc phải bó chiếu chôn cô ngay vệ đường cạnh bến sông. Bởi, lúc đó làng xóm còn rất thưa thớt, dân cư vắng vẻ. Kể từ đó, hằng đêm người ta thường nghe thấy tiếng khóc rất ai oán vọng lên từ bến sông. Cảm động lắm, song dân làng không thể lập bài vị, mà chỉ bốc bát hương, bởi không biết tên tuổi, quê quán của cô. Những ngày đầu, mộ còn bằng phẳng, dân làng, và người qua kẻ lại hương khói, và bỏ từng hòn đất, cục đá lên mộ cô để làm dấu. Dần dần thành đống cao, và từ đó mộ có tên là Cô Đống. Có điều kỳ lạ, những ai hương khói cầu xin cô, việc gì cũng xuôi chèo mát mái cả. Trước đây, cuối năm, hay Tết thanh minh các cụ và chức sắc của làng thường ra hương khói, xin cô san bớt đất đá đi nơi khác. Bởi, mộ lớn sẽ phạm vào đất cấy trồng, và đường đi lại của dân chúng.

Đến ngày cải cách ruộng đất, Mộ Cô Đống ngứa mắt mấy ông đội lắm. Bọn Thực dân Pháp, và địa chủ cường hào mưu mô đến vậy, mà còn bị chúng ông lôi tuốt ra trường bắn nữa là cái mộ cỏn còn con ấy. Chỉ là một chiếc đinh gỉ nhé! Nói là làm, mấy ông đội dẫn theo đám dân quân, và bần cố nông san phẳng Mộ Cô Đống ngay trong đêm. Chiến công chưa kịp nhận lời khen và phần thưởng, ông đội bị mắc nghẹn, chết ngay vào bữa cơm trưa hôm sau. Một cái chết thật khó hiểu và lý giải. Còn đám dân quân, bần cố nông không bị trúng gió thì bị chó dại cắn chết... Cứ lần lượt như vậy, kẻ nhẹ nhất cũng bị sứt đầu mẻ trán, phải bỏ xứ ra đi. Và cũng từ đó, chính quyền treo bảng cấm. Tuy nhiên, Mộ Cô Đống vẫn được dân làng, người qua lại lén lút hương khói, đất đá xếp cao dần. Một cái gai đâm thẳng vào mắt chính quyền, song chẳng ông bí thư, chủ tịch nào đủ dũng khí, liều mình như mấy ông đội thời cải cách ruộng đất.

Sau 1975, lớp lãnh đạo mới từ chiến trường về, dư âm chiến thắng còn đang hừng hực, khí thế lắm: Thằng Mỹ, thằng ngụy còn bị chúng ông tiêu diệt bằng sạch, sá chi cái đống đất vớ vẩn này. Vấn Chập phụ trách văn hóa, phải đi tiên phong dẹp bỏ ngay Mộ Cô Đống, chứ còn ai vào đây nữa! Hương khói, thờ cúng như này, khác gì bôi tro trát trấu vào bộ mặt của chúng ta. Đồng chí bí thư chém tay vào không khí cứ phầm phập, nói vậy. Để lên dây cót cho Vấn Chập và đám choai choai, chiều tối hôm đó, đồng chí bí thư tổ chức ăn nhậu ngay ở ủy ban xã. Và đúng là rượu vào có khác, tinh thần ba sẵn sàng trở lại ngay: Thần thánh, ma quỷ phương nào đi chăng nữa, sáng mai chúng ông cũng sẽ đào tận gốc, trốc tận rễ.

Rượu tàn canh, Vấn Chập ngất ngưởng đi về. Đến đúng Mộ Cô Đống, Vấn Chập vấp phải hòn đá ngã sấp mặt xuống đường. Nhặt hòn đá, gã lồm cồm bò dậy ném thẳng vào bát hương, nhưng không trúng. Gã lại nhặt đá và ném tiếp, vẫn không trúng. Bực mình gã vạch quần đái vọt cầu vồng lên mộ, miệng lẩm bẩm chửi...

Sáng muộn hôm sau, không thấy Vấn Chập đến, đồng chí bí thư sai người đến tìm. Vân (vợ Vấn Chập) bảo, còn say rượu chưa tỉnh. Đây là lệnh của đồng chí bí thư. Vân buộc phải vào lay gọi. Vấn Chập chợt tỉnh, nhưng loạng choạng mãi mới đứng dậy được. Thấy cục gì tưng tức, quần bị đội lên, và như kéo ghì người về phía trước, gã vội tụt quần xuống. Vân quay lại, nhìn thấy định hét lên: Sao chim cò sưng to như cái đòn càn thế này, song đã kịp lấy tay bịt chặt miệng. Không tin vào mắt mình nữa, Vấn Chập loạng choạng đổ ngửa ra giường. Căn bệnh khó nói này, làm cho Vân (vợ gã), một giáo viên tiểu học hiền lành, và xinh đẹp bối rối, chỉ biết chạy ra chạy vào. Thấy súng ống của Vấn Chập như vậy, đám choai choai sợ hẳn, chuồn ngay. Lúc này, đồng chí bí thư có nhử thêm kẹo chắc chắn chúng cũng lắc đầu.

Gần trưa, ông Tư (bố của Vấn Chập) chạy về, vứt toẹt chiếc bừa giữa sân, mặt hầm hầm đi vào nhà. Nhìn thấy Vấn Chập đang nằm ngửa trên giường, ông rút chiếc roi mây trên kèo nhà xuống: Thằng mất dạy này, tao tưởng mày ra ngoài học cái hay, cái đẹp để lớn khôn ra. Không ngờ, mày theo cái lũ cô hồn về định đào mồ cuốc mả người ta, một công việc thất đức như vậy. Tao phải đánh cho mày tỉnh ngộ ra.

Nghe tiếng quát của ông Tư, Vân chạy vào kéo chiếc quần đang đậy trên bộ phận truyền giống của Vấn Chập xuống: Con xin bố, nhà con đã bị... Ông Tư khựng người lại, thả roi mây xuống. Nghĩ thế nào, ông lại quát: Thằng kia, mày có nằm sấp xuống hay không? Biết tính bố, như một đứa trẻ Vấn Chập vẫn sấp người xuống, nhưng cái của nợ ấy bị đè xuống giường làm đau thót cả người, gã lộn lại. Thấy chồng đau đớn với mấy lần lặp lại như vậy, Vân chạy xuống bếp lấy cái bát tô sắt úp vào đó. Lúc ấy, Vấn Chập mới có thể nằm úp, gập chân và đầu xuống giường. Roi trên tay đang định quất xuống, song như chợt tỉnh, ông Tư vứt nó xuống đất, với bó hương, chạy ra hướng Mộ Cô Đồng.

Thời gian này, mẹ và vợ Vấn Chập ngày nào cũng ra Mộ Cô Đồng cầu xin, và tìm thầy, tìm bà khắp nơi. Vấn Chập ở riệt trong nhà. Có lẽ, gã buồn lắm. Có lần đêm đã khuya, tôi đang ngồi tưng tửng tập Guittar, gã lội (tắt) sông sang. Trước gã máu đàn sáo, hát hò là vậy, giờ nhìn người cứ rũ ra như dọc khoai thối. Tôi đùa, bác xem hồi tâm lại, rồi xin cô xin cậu, hay chữa chạy đâu đó cho khỏi, chứ súng ống thế này còn làm ăn chó gì được nữa. Gã im lặng, lúc sau phủi đít định đứng dậy, lẩm bẩm: Đã buồn, sang nghe mày nói càng buồn thêm. Tôi ấn người gã xuống: Đùa bác chút thôi, đàn sáo vài bài cho phấn chấn, mấy hôm nữa sẽ khỏi thôi...

***

Học xong, tôi về Hà Nội, nhưng hình ảnh Vấn Chập cứ ám ảnh trong tôi. Mãi đến năm 1984, một lần tôi đến Bệnh viện Bạch Mai đón gã bạn bác sĩ Viên Văn Đoan, bất ngờ gặp chị Vân (vợ Vấn Chập) chăm sóc cháu lớn chữa bệnh dị ứng ở đó. Hỏi thăm Vấn

Chập, chị kể: Mấy tháng sau súng ống của Vấn Chập tự nhiên xẹp xuống, trở lại hoạt động bình thường. Cho nên, ngay sau đó thằng cu đầu ra đời. Tuy nhiên, bị mọi người đùa, và chọc ngoáy nhiều, gã đâm buồn chán, xin đi học lái máy cày ở bên Ninh Bình.

Nhưng cái số gã kể cũng còn có chút may mắn. Đang học, chợt có một suất duy nhất đi học nghề ở Đức từ trên rót xuống cho nhà trường. Đang đói hoa cả mắt, đi Đức khác gì trúng xổ số. Suất này thuộc con đồng chí bí thư đảng ủy là cái chắc rồi. Mọi người thầm thì như vậy. Song con đồng chí hiệu trưởng vừa thi trượt đại học, cũng đang lêu lổng. Miếng ngon như vậy, làm sao đồng chí hiệu trưởng để riêng (mình) đồng chí bí thư gặm. Do vậy, võ đài đã mở ra, hai võ sĩ thi đấu thật quyết liệt. Sự việc tóe loe ra, cuối cùng cả hai đều bị đo ván. Bởi, con của hai đồng chí bí thư, và hiệu trưởng không phải là học sinh của trường. Để giữ hòa khí, không con đồng chí nào được xuất ngoại. Người đủ tiêu chuẩn nhất là học sinh đảng viên, cựu quân nhân Nguyễn Văn Vấn (tức Vấn Chập). Đúng là: Chó ngáp phải ruồi. Quả xổ số không mua vé cũng trúng thưởng làm cho Vấn Chập phấn khởi lắm. Và từ nay, ai dám bảo Vấn Chập súng hỏng, số nhọ nào?

Năm 1984 học xong nghề, rất may mắn cả khóa Vấn Chập được ở lại Đức làm việc với hợp đồng 5 năm nữa. Hè năm 1988, tôi gặp lại Vấn Chập ở Leipzig, khi hắn đang ngồi ba hoa, bốc phét với mấy em đội may mới sang. Gặp tôi, gã bất ngờ và vui lắm. Hỏi, có hay về nước không. Gã bảo, những năm đầu hay về, về phát nào vợ chửa phát ấy, nên mấy năm nay sợ không về nữa.

Bức tường Berlin sụp đổ, người Việt chạy loạn xà ngầu, đội của Vấn Chập chỉ còn chục người vẫn ở Wohnheim (ký túc xá). Vừa làm việc ở nhà máy, vừa buôn lậu trong lúc tranh tối tranh sáng, nên gã nào cũng rủng rỉnh tiền trong túi. Cứ cuối tuần là tập trung nhậu nhoẹt, hò hát tưng bừng. Tết dương lịch năm đó vắng vẻ, và buồn tẻ, Vấn Chập rủ Hải Còi thợ đánh tiết canh vào làng bắt lợn. Bữa nhậu đón chào năm mới đầy đủ các món như ở quê nhà. Chưa đến giao thừa, mà người nào cũng có vẻ ngắc ngư rồi. Vấn Chập loạng choạng đi tìm ấm đun nước pha trà. Tay run, bật lửa mồi bếp Gas mấy lần không được. Thấy vậy, Hải Còi lè nhè: Vấn Chập bật như con c... ấy, chỉ có chim gái là giỏi. Vấn Chập sửng cồ: Mày ngon ra bật tao coi. Hải Còi đứng không vững, phải vịn tay vào tường đi ra, nhưng bật mãi cũng không được. Vấn Chập cười đểu: Phét lác quen thân, tránh ra để tao làm. Hải Còi không chịu, gạt tay làm Vấn Chập ngã đập lưng vào bàn ăn. Vấn Chập vịn thành ghế đứng dậy lẩm bẩm: Thằng ranh con này, láo nhỉ! Hải Còi quay lại: Hôm nay xé vé đồng hạng, đéo có anh em gì hết! Lải nhải một lúc... hai gã lao vào nhau, nhưng không trúng. Gã tự đập mặt vào bếp, gã thì đập vào thành ghế máu mũi chảy cả xuống sàn. Mọi người xúm lại, kéo hai gã về phòng.

Gần sáng, Vấn Chập chợt tỉnh, nghĩ lại, thấy ân hận. Rượu làm cho họng khô rất khó chịu, Vấn Chập lảo đảo xuống bếp tìm nước, đã thấy Hải Còi ngồi ngất ngưởng giữa cửa uống một mình. Vấn Chập vừa cất tiếng: Tối qua say quá... Hải Còi đã bảo: Còn nửa chai Wilthener nữa cưa nốt nhé. Vấn Chập xua tay: Nhức đầu lắm rồi, không thể uống nữa. Hải Còi đứng dậy cầm chai rượu ném thẳng vào góc bếp: Đ. mẹ ông khinh tôi hả. Rồi đẩy mạnh Vấn Chập làm cho cả hai đều ngã văng ra. Sống và làm việc với nhau gần chục năm, Vấn Chập hiểu tính Hải Còi, nên định đến đỡ hắn dậy. Nhưng Hải Còi ngỡ Vấn Chập đánh lại, quờ được con dao ở đằng sau đâm, chém lung tung. Vấn Chập khựng người, lùi lại, và chộp được tay của Hải Còi, bẻ ngược mũi dao về phía sau. Không ngờ Hải Còi ngã, dao đâm vào bụng. Nghe tiếng động, mọi người ùa cả ra. Hải Còi được cấp cứu ngay, nhưng không qua khỏi. Vấn Chập bị bắt ngay. Tù được mấy tháng, gã đóng tiền thế thân, được tại ngoại để hầu tòa. Năm sau, tòa kết án 5 năm tù giam, nhưng 2 tháng sau mới phải thi hành án. Luật sư bảo, trong thời gian hai tháng tại ngoại này, Vấn Chập có thể sang Balan, hoặc Tiệp để trở về Việt Nam yên lặng sống, nếu không muốn ở tù ở Đức. Nước Đức vừa thống nhất còn rất nhiều việc phải làm, không có thời gian moi móc chuyện của gã...

***

Vừa chợp mắt một chút, đã thấy Vấn Chập nhắn vào Messenger, đang đợi tôi ở dưới đường. Vệ sinh cá nhân nhanh gọn, tôi lẻn ra cửa. Sáu giờ sáng, vẫn còn một lớp mỏng sương mù phủ lên thành phố Budapest. Trời mát lạnh, như có ai đó vừa rây nước lên bầu trời vậy. Tiếng guốc gõ trên đường phố vọng lại, chợt làm tôi nhớ đến những đêm khuya vắng trên con phố nhỏ Hà Nội của gần bốn chục năm trước. Vấn Chập bảo, buổi sáng hàng cà phê bánh ngọt ở Budapest thường mở muộn, chứ không như ở Đức. Nhưng có một chỗ gã quen, giờ này có thể đến.

Ở cái tuổi bảy mươi, nhưng nhìn Vấn Chập còn tráng kiện lắm. Hỏi, tửu lượng dạo này thế nào? Gã bảo, vẫn còn ngon lành, tuy nhiên từ sau cái vụ đó uống cũng cầm chừng rồi. Nhìn bác, đã thấy toát lên cái an nhàn rồi. Nghe tôi nói như vậy, mắt gã lim dim: Không hẳn vậy đâu... Rồi ký ức của gã như trở về:

Sau khi nhận án tù, Vấn Chập quyết định chuồn về nước. Gã gom góp tiền bạc và hành trang trở lại Zittau vùng biên giới Đức, Tiệp và Ba Lan. Nơi trước gã đã từng sống, và còn nhiều bạn bè ở đó. Khi dòng người Việt vượt rừng từ Ba Lan, Tiệp Khắc đổ vào Đức, thì mình gã đi ngược lại dòng người đó.

Về Việt Nam, để chắc ăn gã đưa bố mẹ, vợ con lên tuốt thành phố Lạng Sơn sinh sống. Lúc đó, nhà đất còn rẻ lắm, gã đủ tiền mua liền mấy căn nhà mở hàng cho vợ bán buôn. Trải qua mấy chục năm vất vả, hiện vợ chồng gã đã là chủ công ty, đại lý lớn ở vùng biên. Sang Hungari, gã bàn giao cả cho thằng con thứ ở nhà trông coi. Tuy nhiên, món nợ với Hải Còi luôn ám ảnh gã. Có lần, gã đã đi hàng ngàn cây số tìm về quê Hải Còi. Thăm hỏi, biết cha mẹ Hải Còi mất đã lâu. Hải Còi chỉ còn một người em gái đang sinh sống ở Úc châu, và mấy năm trước đã tìm đưa hài cốt Hải Còi về an táng ở quê nhà. Do vậy, Vấn Chập cũng an tâm phần nào.

Tôi an ủi gã, sự việc đã qua ba mươi năm rồi, mà lỗi cũng không phải hoàn toàn do bác. Mà này, em thấy bác lúc nào cũng ngon lành, thế chó nào lại có biệt danh Vấn Chập ấy nhỉ? Do chiến tranh mà ra cả thôi, gã thở dài. Rồi vỗ vỗ vào vai tôi, gã bảo:

- Một đêm quần nhau, địch ta, ta địch, đạn pháo bắn như vãi đậu. Tưởng chừng đã tiêu diệt được mục tiêu. Nhưng không. Khi chúng tôi tiến vào, một ngôi làng gần như bị xóa sổ. Xác, thịt trẻ em, phụ nữ người già... không còn nguyên vẹn bay, và treo khắp nơi. Những viên đạn của ông Nga, ông Mỹ, ông Tàu, ông Đại Hàn còn găm ở trên tường. Tận mắt chứng kiến, nếu không phát điên thì chỉ là người có thần kinh thép, vô cảm, hoặc đứt dây thần kinh... Tiếc thay, tôi chỉ là người bình thường. Do vậy, tôi cứ u u, mê mê, tỉnh say lẫn lộn. Nhiều lúc tôi cứ tưởng bàn tay bóp cò súng của mình đêm qua, đang treo lơ lửng ở ngọn tre kia. Có những đêm nằm dưới hầm tôi nghe rất rõ tiếng trẻ con khóc... Rồi đến lúc tôi như kẻ điên chạy lông nhông giữa chiến trường. Sau đó người ta buộc phải đưa tôi ra Bắc an dưỡng, điều trị. Và cái tên Vấn Chập có từ đó.

Nhìn sâu vào mắt gã, tôi thấy ngân ngấn nước. Một câu, có lẽ với gã cũng là thừa, nhưng tôi vẫn phải nhắc lại, trong hoàn cảnh này:

- Chiến tranh, quả thực điều gì cũng có thể xảy ra. Nỗi đau, sự ám ảnh dẫn đến cái điên khùng đó đâu phải của riêng bác, mà của cả dân tộc này... Sang đến Budapest, bác có ý định sang Đức thăm lại những cố nhân không?

Gã bảo:

- Có lẽ không, dù vụ việc đã quá ba mươi năm, nhưng tôi cứ thấy tởn tởn, rợn rợn thế nào ấy ông ạ.

Mặt trời đã lên, và nắng đã chiếu xiên qua khung cửa nơi chúng tôi ngồi. Khách du lịch đã kéo vào quán khá đông. Tôi đứng dậy, bắt tay gã nói lời từ biệt. Vấn Chập ôm tôi thật chặt và dặn, khi nào về nhớ lên Lạng Sơn ở với gã ít ngày. Vâng, nhất định vậy. Tôi bước ra khỏi quán, cái nóng bất ngờ, như quất vào mặt vậy.

Leipzig ngày 21-10-2021

TRUYỆN VIẾT TỪ TRẠI TỊ NẠN INGELHEIM

Bữa nhậu trong đám cưới con ông bạn ở Mannheim hơi bị buồn tẻ, có lẽ cũng tại bởi, giai Nam lấy gái Bắc. Sự thông gia một cách miễn cưỡng, bắt buộc ấy của ông lính Việt Nam Cộng Hòa, với ông bộ đội do sự vô tư, lựa chọn yêu đương, (không ai có thể ngăn cản) của đôi con trẻ, cùng sinh trưởng ở mảnh trời Âu này. Tôi ngồi giữa cái lằn ngăn cách vô hình đó. Đang gật gù, nhấc lên, đặt xuống để lấy đà, tạo khí thế cho hai họ, chợt có bàn tay cứng ngắc ở sau gáy, cùng tiếng cười khùng khục: Thằng cu Đỗ Trường! Bao năm mày biệt tích, sao bây giờ lại dám ngật ngưỡng, hò hét ở đây?

Không quay lại, nhưng tôi biết ngay đó là Hùng tà lọt, dù trên hai chục năm không gặp lại gã. Hùng tà lọt người Bà Rịa, nguyên là người lính địa phương quân, cùng trung đội với Sơn Phối, bố của chú rể. Sau 30 tháng 4-1975, hai gã dắt tay nhau vào trại tù cải tạo, rồi vượt biên, cùng định cư ở Maiz. Nghe nói, ngày còn chiến tranh, khói lửa Hùng cũng là tiểu đội trưởng, thượng sĩ hay trung sĩ nhất gì đó, nhưng không hiểu sao cái Spitzname tà lọt vận vào gã từ khi nào. Trước đây, có một lần tôi hỏi về cái biệt danh này, gã cười khì khì không nói. Tôi quen với Hùng tà lọt, và Sơn Phối vào khoảng cuối năm 1989, đầu 1990, khi chuyển từ Tây Berlin về trại tị nạn Ingelheim. Buổi tối vừa chân ướt chân ráo tới trại, tôi đang loằng quằng ngoài hành lang ngó tìm nhà vệ sinh. Đột nhiên, cánh cửa phòng trước mặt bật ra. Tuy giật mình, song do phản xạ tôi co người, ôm mặt. Rất may, cánh cửa chỉ đập đúng khuỷu tay và hai đầu gối. Đau điếng cả người, tôi vịn vào tay nắm cửa đứng dậy. Nhìn vào phòng, thấy có một gã răng vổ, thấp đậm, mặt xanh như đít nhái đang lập bập xin xỏ gì đó với hai người đàn ông đứng quay lưng ra cửa. Có lẽ, thấy có người đến, hai gã đàn ông quay ra, nhìn tôi với nét mặt lạnh tanh, rồi bỏ đi.

Sáng hôm sau, vẫn hai gã đàn ông ấy chở gạo, mì tôm, thực phẩm châu Á vào cho những người mới đến như chúng tôi. Nhìn thái độ, mặt mũi tươi rói của hai gã khác hẳn với khuôn mặt thần chết tối qua, làm tôi thấy lạ. Và cứ cách tuần, lại thấy xe của hai gã đầy ăm ắp thực phẩm vào phân phát cho từng người. Tất nhiên, gã răng vổ cũng được nhận đầy đủ, như không có chuyện gì xảy ra. Mấy tuần sau, đang hì hục ngồi viết, thấy hai gã đi với Dương Tấn Thành, biên tập Nguyệt san Hướng Việt, từ Wiesbaden vào tìm tôi. Anh Thành đến cảm ơn tôi đã cộng tác, và tặng Nguyệt san số Tết. Bởi, trong đó có mấy truyện ngắn của tôi. Lúc chuyện trò, tôi mới biết tên của hai gã là Hùng (tà lọt) và Sơn (Phối). Phải nói, hai gã này rất khoái đọc sách báo, và hay chuyện. Kể từ đó, cuối tuần phân phát xong thực phẩm, hai gã thường kéo tôi về nhà, hoặc ra quán bia ngồi khật khử cho đến khuya. Khi tôi về định cư ở Wallhalben cạnh Pirmasens, nơi gã vỗ chuyển đến, Hùng tà lọt ghé tai dặn: Mày phải đề phòng, tránh xa thằng vỗ (Phạm Văn Bén). Thằng này, cùng dòng họ, cùng làng ở Bà Rịa với tao, song lá mặt lá trái, lưu manh lắm đó!

Dù vâng dạ, song quả thực, tôi không nhập tâm cho lắm lời của Hùng tà lọt. Bởi, tôi và Bén vỗ cùng cảnh lao động, rồi nhập tị nạn, tầng đáy của xã hội còn chó gì nữa mà phải đề phòng, cắn xé nhau.

Xong giấy tờ, và ổn định nơi ở được mấy hôm, ông hàng xóm sang thông báo, chẳng biết do chỉ định, hay tự phong Bén vỗ từ nay là Hội trưởng người Việt vùng Pirmasens nhé! Do vậy, mọi sự vụ liên quan giữa người Việt với sở xã hội, ngoại kiều đều phải thông qua hắn. Tôi bảo, không quan tâm đến điều đó. Tuy nhiên, mấy lần vô tình gặp, Bén vỗ có vẻ quan cách, khệnh khạng lắm. Nhưng sự lên lớp, rao giảng này nọ, cùng cái kiểu chửi vung xích chó của Bén vỗ, dường như làm cho Phong liều (Trịnh Văn Phong) hơi bị ngứa họng, bảo: Đù má! Mày là cựu an ninh cộng sản, chửi cộng sản cũng hay phết nhỉ!...

Thấy tôi lặng người trong dòng hồi tưởng, Hùng tà lọt thả lỏng tay, và hỏi: Thằng quỷ, không nhận ra tao thật hả? Tôi cười, em quên bác thế chó nào được, hơi bị xúc động chút thôi. Hùng tà lọt cười ha hả, bắt tôi cạn với gã một vại, rồi bảo: Xong đây, tao và mày đến nhà thằng Phong liều ở Ludwigshafen uống tiếp, lâu rồi không gặp nó.

Phong liều người Phan Thiết. Cái quái gì hắn cũng giỏi, cũng nghiện, từ rượu chè, hút xách, kéo máy cờ bạc, cho đến đánh lộn. Chỉ có duy nhất tiếng Đức, không bao giờ hắn chịu học. Do vậy, thời Đông Đức, tay nghề, kỹ thuật hắn giỏi nhất nhì của nhà máy. Đến mấy gã thợ cả người Đức cũng phải nể. Máy móc, dây chuyền sản xuất dù ở những phân xưởng khác, đôi khi hư hỏng nặng, thợ ở đó chịu không sửa được, đều phải gọi đến hắn. Ấy vậy, lương tháng của hắn lúc nào cũng bét nhất. Cuối tuần, hắn thường đến chỗ tôi xin tiết canh, cổ hũ và lòng lợn. Nên có lần, tôi bảo, ông cố gắng tu tỉnh, và học hành chút chút, lương lậu khá lên, còn gửi về giúp gia đình chứ! Hắn cười hềnh hệch, bảo, đếch cần... đếch cần. Rồi không ngờ, bức tường Berlin sụp đổ, người Việt ở phía Đông chạy loạn xà ngầu, tôi và Phong liều gặp lại nhau ở trại Ingelheim.

Dù đã điện báo trước, tôi và Hùng tà lọt vẫn phải chờ dưới đường khá lâu, Phong liều mới mở cửa. Vào nhà nặng mùi hương khói âm u, Hùng tà lọt hỏi, nhà có giỗ chạp gì sao? Phong liều lắc đầu, không. Thấy người lừ đừ, không còn gì dáng vóc của Phong liều khi xưa, tưởng hắn ốm, tôi hỏi tiếp, ốm đau sao đấy? Hắn lại lắc đầu, không. Trò chuyện, thăm hỏi một lúc như sực nhớ ra, hắn vò đầu, bứt tóc: Bỏ bia rượu từ lâu rồi, hai ông uống tạm nước suối nhé! Có lẽ, lại lên cơn nhạt miệng, Hùng tà lọt lừ mắt: Thôi, xuống quán ngồi. Phong liều bảo, có uống đâu mà xuống. Hùng tà lọt đứng dậy: Không uống thì ăn, đi cho vui. Phong liều bảo, quả thật đã ăn chay trường từ mấy năm nay rồi.

Nghe vậy, tôi và Hùng tà lọt hơi bị sững người. Bất chợt, tôi nhìn lên điện thờ đỏ rực ở giữa nhà, và câu chuyện nhạt dần, từ ngữ lạc lõng cứ như ở hai đầu âm, dương...

Tuy vậy, ra khỏi nhà, vẫn còn nghe tiếng Phong liễu dặn, uống xong nhớ quay về ngủ nhé. Nhưng tâm trạng tôi và Hùng tà lọt vẫn còn cảm thấy nặng nề lắm. Vào quán, ực đến ly bia thứ hai, Hùng tà lọt mới lắm bẩm: Thằng này, chắc đốc chứng theo bóng cô, bóng cậu gì rồi.

Lúc này, tôi mới nhìn kỹ Hùng tà lọt. Dù gã có cố gắng che giấu sức khỏe, tâm trạng sau những vại bia, ly rượu, song nhìn vào khóe mắt, tôi nhận ra sức đã cạn, tâm sầu thăm thẳm của cái tuổi sáu tám, với hơn bốn mươi năm trường xa quê. Thấy tôi nhìn hơi bị kỹ, Hùng tà lọt đẩy vại bia mới gọi về phía tôi:

- Nhìn gì, uống đi thằng quỷ.

- Này, bốn mấy năm, nỗi đau, thù hận cũng đã thành chai sạn rồi. Bác nên làm một chuyến về thăm quê. Vài năm nữa sức lực còn chó đâu...

Không để tôi nói hết câu, Hùng tà lọt nổi cáu:

- Mày không bao giờ hiểu hết chúng tao đâu.

Bị cụt hứng, tôi yên lặng nhìn, ngoài kia ánh nắng chiều nhạt cuối tháng 4 lùi dần về phía sau bức tường xám rong rêu. Xa xa có tiếng chuông nhà thờ đang ngân lên... Đột nhiên, Hùng tà lọt xuống giọng hỏi:

- Còn nhớ thằng Bén vổ, trước ở trại Ingelheim, sau về Pirmasens cùng mày không?

- Nhớ chứ! Nhưng sao?

Không trả lời tôi ngay, mắt Hùng tà lọt ngân ngấn như có nước, hướng về nơi, dường như xa xăm lắm. Thật lạ, cái nhìn và thái độ, cũng như tâm trạng, cảm xúc ấy của gã, tôi chưa từng gặp. Tôn trọng giây phút đó, nên tôi lặng lẽ cạn nốt ly trước mặt. Ngoài kia, những tia nắng cuối ngày chợt tắt, làm cho đàn chim dưới sân cũng vụt bay về tổ. Gió từ đâu đó khẽ luồn qua khe cửa. Hơi lạnh, tôi đứng dậy khép chặt cửa sổ. Vừa ngồi xuống, Hùng tà lọt bảo:

- Câu chuyện oái oăm này, nghe xong, mày sẽ hiểu thêm tại sao hơn 40 năm, chúng tao chưa một lần về thăm quê nhé. Nếu ở hoàn cảnh ấy, mày sẽ phải làm những gì?

Tôi gật đầu, rồi gọi thêm mấy vại bia... và câu chuyện của Hùng tà lọt được bắt đầu như vậy...

Quả thực, sau những ngày ở tù cải tạo, Hùng tà lọt càng thấm câu thù hận mà người lính địa phương quân phải gánh chịu:

"Ngàn hai bắt được thì tha.

Chín trăm bắt được đem ra chặt đầu"

(Lính chủ lực lương 1200/tháng, lính địa phương quân lương 900/tháng đồng).

Đang vật vờ, khi thì theo thuyền đánh cá ngoài khơi, lúc thì xúc than thuê, năm 1978 Hùng tà lọt gặp lại Sơn phối ở Biên Hòa. Hai gã kéo nhau về Bà Rịa. Kế hoạch tổ chức vượt biên bắt đầu, và ngay ở cửa biển quê hương Hùng tà lọt. Hai lần đầu đều thất bại, bởi thuyền không vỡ, thì bị biên phòng truy đuổi. Rất may, do thông thổ địa hình, nên Hùng tà lọt, và Sơn phối đều chạy thoát. Tiền bạc nợ nần chồng chất, hết đường vay mượn, hai gã tưởng chừng không còn một tia hy vọng nào nữa. Nhưng cuối năm 1979, do sự móc nối, giới thiệu của mấy người cùng chuyến đi trước, một thương nhân (chủ thuyền) đã tìm đến hai gã. Đúng là buồn ngủ gặp chiếu manh. Hai gã được đi cùng với điều kiện lo bến bãi, phụ lái lái, và trông coi máy móc. Thời gian này, người Tàu cũng ồ ạt ra đi, dẫn đến việc bảo kê bến bãi như một thứ luật bất thành văn của an ninh, biên phòng. Do vậy, làm luật xong, đường đi có vẻ mở ra hy vọng, Hùng tà lọt khấp khởi trong lòng.

Đêm cuối tháng, trời tối như đen mực. Rừng cây lặng im. Nước dưới sông cũng ngưng dòng chảy. Chỉ còn mái chèo khua vỗ nhẹ mạn thuyền xa dần, rồi chìm vào trong đêm. Sự tĩnh lặng ấy, càng làm cho Hùng tà lọt, và Sơn phối đề phòng, thận trọng hơn khi đưa từng nhóm người xuống con thuyền nhỏ, xuôi ra điểm tập kết không xa nơi đây, để lên thuyền lớn. Chuyến đi không nhiều người, và phần đông là những người lính vừa ra thoát khỏi nhà tù nhỏ, do vậy tất cả đều gọn nhẹ... Hùng tà lọt, và Sơn phối đưa bốn người cuối cùng ra đến bờ sông. Đang lên thuyền, từ bụi cây hai bóng đen vọt ra, dí mũi súng vào lưng Hùng tà lọt, và Sơn phối, hai người đứng sau cùng:

- Đứng lại! Chống cự là bắn liền.

Nghe giọng nói khá quen, Hùng tà lọt quay lại, nhận ra Bén vổ, và Hai Đẹt. Cả hai đều người làng, và Bén vổ là con ông chú họ của mình. Những ngày cuối tháng 4-1975, Bén vổ tuổi chưa đầy mười bảy đã đeo băng đỏ, nhảy ra ngã tư dẫn đường cho bộ đội, rồi làm trật tự, và trở thành người cách mạng 75. Lăng xăng một thời gian, hắn được đi học nghiệp vụ an ninh. Và từ đó, dù còn rất trẻ, song hắn đã trở thành một máy chém rất tàn bạo, không chỉ đối với những người trốn chạy, vượt biển.

Nghĩ, Bén vổ và Hai Đẹt không nhận ra mình, nên Hùng tà lọt hỏi:

- Anh đây! Chúng mày không nhận ra sao? Bọn anh đã đóng tiền, làm luật rồi!

Giọng Bén vổ lạnh tanh:

- Không nhận ra ông, làm sao chúng tôi biết mà đến. Đây thuộc địa bàn an ninh do chúng tôi quản lý. Các ông làm luật cho ai, chúng tôi không cần biết.

Nghe giọng xách mé, và biết Bén vổ và Hai Đẹt ăn mảnh, kiểu này chẳng khác gì trấn lột, tuy lộn ruột, song Hùng tà lọt vẫn kìm nén:

- Bọn anh cùng đường rồi. Anh em, làng xóm với nhau, các em cảm thông cho bọn anh đi.

Bén vổ hơi xuống giọng:

- Chúng tôi có thể cảm thông cho ông, còn những người ở đây thì không được. Tất cả đứng thành hàng một, và tự động bỏ hết ra, nếu không chúng tôi buộc phải khám xét.

Toàn là những lính chiến đã dạn dày trận mạc, kinh qua tù tội, nên mọi người vẫn im lặng, bất tuân... chờ đợi. Biết là gặp phải cái tận cùng của sự khốn nạn, Hùng tà lọt vẫn năn nỉ, và mặc cả:

- Hay mỗi người tự nguyện đóng góp trong khả năng của mình có thể, để cho các em nhậu chơi. Bởi, tất cả anh em ở đây đều trong hoàn cảnh khó khăn, bi đát đến tận cùng rồi...

Hùng tà lọt nói chưa dứt câu, Bén vổ nói như quát:

- Không được. Tất cả đứng vào hàng.

Biết không thể dùng lời, và chắc chắn chỉ có hai con ngựa non này, nên Hùng tà lọt bấm vào tay Sơn phối làm hiệu, và bảo:

- Có gì các anh em bỏ hết ra cho nhanh rồi đi, để họ khám xét lâu lắm.

Dường như, hiểu được ý Hùng tà lọt, nên mọi người rục rịch cởi đồ. Cùng đó, Bén vổ và Hai Đẹt vừa lơi tay súng, để rọi đèn pin, đã bị Hùng tà lọt cùng Sơn phối quật ngã. Tất cả ùa đến tước súng, đè chặt hai gã, và tọng giẻ vào miệng. Cả hai bị trói chặt, ngúc ngắc, nằm như heo chuẩn bị mang đi chọc tiết vậy. Có lẽ, trong lúc giận dữ, và sợ bị lộ, có mấy người định kéo hai gã ra bờ sông:

- Cho hai thằng này đi mò tôm, rồi chuồn cho nhanh.

Hùng tà lọt ngăn lại:

- Làm thế quá nhẫn tâm, và chúng ta sẽ thành kẻ giết người. Dù có vượt thoát, thì chúng ta mãi mãi bị ám ảnh, và dày vò. Hãy mang chúng vào sâu trong rừng, cột vào cây. Ngày mai, có lẽ sẽ có người vào đó, và giải cứu chúng. Lúc đó, chúng ta cũng đi xa rồi. Mấy thằng này gà què ăn quẩn, chỉ tác quái được ở cái làng, xã này mà thôi...

Chẳng biết do đã làm luật, hay may mắn thuyền (vượt qua cửa an ninh biên phòng) ra đến hải phận quốc tế khá thuận lợi. Tuy nhiên, mấy ngày sau máy tàu bị hỏng. Ì ạch sửa chữa mãi dường như bất lực, trong lúc nước uống, lương thực đã cạn kiệt. Tưởng sẽ đi điểu, nhưng rất may thuyền của Hùng tà lọt trôi đúng vào khu vực (trong hành trình) tìm kiếm, cứu hộ của tàu Cap Anamur. Vậy là, tất cả đã được cứu, và từ đó, Hùng tà lọt cùng Sơn phối định cư tại Đức...

- Vậy là bác may mắn lắm rồi còn gì nữa, nhiều tàu thuyền bị vỡ đắm, chết chóc, cướp bóc hiếp dâm. Kẻ may mắn sống sót bị ám ảnh cả đời ấy chứ. Mà này, cái thằng Bén vỗ an ninh, bác vừa kể, có liên quan gì đến thằng Bén vỗ trước ở trại Ingelheim và Pirmasens với em không nhỉ?

Tôi cắt ngang lời kể của Hùng tà lọt bằng một câu hỏi, và những lời an ủi như vậy. Cầm ly bia đưa lên môi, nghe tôi hỏi, Hùng tà lọt vội đặt xuống:

- Nó chính là thằng Bén vỗ ở trại Ingelheim đấy. Cái oái oăm, trớ trêu, như tao đã nói, cũng bởi từ thằng này.

Có lẽ, cố nén lại cảm xúc, nên một hơi, Hùng tà lọt ực cạn vại bia. Thấy vậy, tôi bảo, ở cái tuổi của bác mà ực bia được như vậy, thì còn khí thế, và tráng kiện lắm. Có gì bác cứ nói hết ra cho nó nhẹ nhõm. Gã cười, rồi đi tiếp vào mạch chuyện...

Sau gần một năm cư ngụ ở Đức, Hùng tà lọt mới nhận được thư nhà. Lá thư đầu mang tin buồn làm gã ám ảnh, và lo âu. Bởi, sau một ngày Hùng tà lọt đi, người ta cũng tìm thấy và giải cứu Bén vỗ và Hai Đẹt. Tuy nhiên, do bị bệnh hen phế quản Hai Đẹt đã bị chết trước đó. Cái chết của Hai Đẹt rơi đúng vào thời điểm nhà nước phát động phong trào bảo vệ an ninh tổ quốc. Vậy là, nhân vật điển hình đã xuất hiện. Tấm gương sáng Bén vỗ và Hai Đẹt xuất hiện đều đều trên báo chí, truyền thông. Nghe đâu, còn rục rịch làm hồ sơ phong anh hùng cho liệt sĩ Hai Đẹt. Và sự tung hô Hai Đẹt càng dâng cao bao nhiêu, thì gia đình Hùng tà lọt càng bị thê thảm bấy nhiêu. Dường như, ngày nào cha của Hai Đẹt cũng đến nhà Hùng tà lọt đập phá, hăm dọa, chửi bới. Chịu hết nổi, ông Ba cha của Hùng tà lọt phản kháng lại. Hai ông già tay bo trước sân nhà, người sứt đầu, kẻ mẻ trán. Tất nhiên, động đến gia đình liệt sĩ ở thời điểm điển hình đó chẳng khác gì mó vào dái ngựa. Trước tòa, ông Ba lãnh án 12 tháng tù giam. Ở tù được 6 tháng, đang khỏe mạnh bình thường, ông Ba lăn đùng ra chết. Bà Ba ngơ ngác khi nhận giấy chứng tử, ông Ba chết bởi cảm lạnh, của nhà tù. Từ đó, con đường sống của các em Hùng tà lọt cũng bị hẹp lại, đành phải lìa xứ.

Năm sau, chẳng biết tại số hay quả báo đến sớm, đang ở đỉnh cao tài lộc, Bén vổ đốc chứng, dám phạm thượng, chạm nọc đúng vào con của một đấng ngồi trên. Thế là, đùng một phát, cả đống đơn từ, bằng chứng từ trong nước, ra đến hải ngoại tố cáo Bén vổ bảo kê, trấn lột, không chỉ những người trốn chạy vượt biển. Tiền nhiều, nhưng lần này có giời cũng chẳng cứu được. Những người biết rõ về Bén vổ đều cười ruồi, và nói vậy. Tuy nhiên, Bén vổ còn một chút may mắn. Do sợ ảnh hưởng đến phong trào bảo vệ an ninh tổ quốc, gã không phải ra tòa, mà chỉ ngậm ngùi về nhà ôm đít vợ.

Chờ sóng gió qua đi, Bén vổ chuồn về Sài Gòn mua bằng trung cấp thể thao, nhập vào nghề gõ đầu trẻ. Cho đến năm 1987, vợ chồng Bén vổ âm thầm mua hẳn hai suất sang Đức lao động, khi có ai đó tung tin hắn dùng bằng cấp giả. Nghĩ mãi không ra, kẻ độc mồm, độc miệng nào, bởi hắn nhiều kẻ thù lắm...

Trời về khuya, người đã quay quay, tôi ôm chặt Hùng tà lọt, như gã ôm chặt nỗi đau của mình từ suốt mấy chục năm qua. Sự cảm thông ấy, dường như có làm vơi đi nỗi đau trong lòng gã. Vài giây im lặng, rồi Hùng tà lọt loạng choạng đứng dậy, kéo tôi ra xe, miệng lầm bẩm, về nhà tao ngủ. Tôi bảo, muốn cảnh sát xích cổ lại hay sao. Thế thì, tìm hotel. Giờ này, còn hotel gì nữa, lên nhà Phong liều ngủ. Hùng tà lọt cằn nhằn, thằng Phong liều nó đốt hương suốt đêm, ngủ thế chó nào được.

Cằn nhằn, song Hùng tà lọt vẫn theo tôi ngược lên nhà Phong liều. Có lẽ, nhìn thấy xe chúng tôi còn ở dưới sân, nên Phong liều vẫn chờ... Trong lúc pha trà, tôi hỏi:

- Bén vổ còn ở Pirmasens không?

Phong liều bảo:

- Không còn ở đó nữa, bởi mấy năm trước Bén vổ mua cái Villa to vật vưỡng ở Karlsruhe.

Tôi hơi bị ngạc nhiên:

- Nó làm gì mà có nhiều tiền vậy?

- Tiền từ Việt Nam sang.

- Nghĩa là thế nào? - Tôi hỏi.

- Bén vổ có thằng em vợ làm ở Sở tài nguyên môi trường, hay cơ quan thẩm định giá cả gì đó. Do vậy, cách mươi, mười lăm năm trước, gọi vợ chồng nó về Sài Gòn lập công ty. Chẳng hiểu bằng cách nào, nó vay được tiền ngân hàng, rồi tham gia cổ phần hóa nhà máy, công ty của nhà nước. Cứ tụi thằng em định giá, thì cánh thằng anh mua, rẻ như bèo. Chúng biến của công thành của riêng một cách hợp pháp.

Dừng lại một chút... rồi Phong liều bảo, chúng nó cổ phần hóa, kiếm tiền một cách: Hịt đập ăn ngay, cứ như trò chơi Ô ăn quan của trẻ con vậy, ông ạ.

Ingelheim tháng 4-2019 - Leipzig 24-4-2020

CÁI BẪY

Đã lâu lắm rồi, châu Âu mới có một mùa hè nắng và nóng đến vậy. Trời đã vào đêm, vậy mà dường như, hơi nước bốc lên từ con đường bê-tông vẫn còn những vệt mờ mờ xuyên qua khung cửa kính trước mặt. Cửa ra của sân bay Leipzig đã vắng người. Nguyễn Bình An có vẻ sốt ruột, kiễng chân, nhoài người, nhòm vào phía trong, văng tục:

- Thằng bỏ mẹ này, có lẽ mang hàng lậu, tiền bẩn bị Hải quan, Công an tóm cổ lại thật rồi.

Từ phía sau, tôi nói vọng lên trấn an:

- Nếu quả vậy, thì nó đã bị tóm ở phi trường Paris, London, chứ đâu đến lượt cái sân bay tỉnh lẻ này. Cái loại quái thai, quyền lực nghiêng ngả, lắm của, nhiều tiền như nó, thiếu gì kẻ đóng thay chết thế. Tội gì, nó phải làm như vậy.

An quay lại, ngồi xuống cạnh tôi lẩm bẩm:

- Thằng này, đâu chỉ có mấy cái tội đó. Những mưu mô, cạm bẫy, bè phái tranh giành quyền lực, bòn rút ngân khố, dẫn đến kẻ thù của nó ở khắp mọi nơi.

Nhiều khi biển khơi sóng lớn vô can, nhưng lại chết ngay ở cái ao tù nhỏ bé đấy. Và sự quả báo cũng muôn hình vạn trạng, sớm muộn khác nhau mà thôi.

Gã bạn này của An chức tước không lớn lắm, tên tuổi cứ khuất lẫn ở đâu đó, nhưng ở vị trí đắc địa, có quyền sinh quyền sát. Do vậy, uy thế vây cánh chìm nổi rải khắp nước, dẫn đến bổng lộc, múc máy được nhiều. Nếu An không bị thu giấy phép lái xe mấy tháng, vì can tội bia rượu, thì có lẽ hắn không nhờ tôi lái xe ra sân bay. Bởi, hắn biết, tôi rất kỵ những thành phần này.

Ngước mắt nhìn, thấy An tần ngần định nói tiếp, tôi bảo:

- Thành phần này, ông nghĩ làm quái gì cho nhức đầu. Thằng nào bị bắt, bị làm thịt thì sạch sẽ xã hội chừng đó.

An trừng mắt nhìn tôi, rồi đột nhiên giọng chùng xuống:

- Dù nó đã trở thành kẻ nào đi chăng nữa, thì tình bạn của tôi vẫn vậy. Tuổi thơ của chúng tôi cùng trải qua những ngày đánh bi, đánh đáo. Rồi lớn lên với những tháng năm đói khát ở Trường An Ninh. Có lẽ, tình bạn của tôi vẫn ở lại với nó bởi những hoài niệm ấy...

***

Nguyễn Bình An sống tình cảm, có tính hòa đồng cảm thông, do vậy dường như ngành an ninh, cảnh sát không hợp với hắn. Vào năm 1983, An được làm tổ trưởng liên ngành đi tịch thu tài sản của người dân ở Hà Nội, theo cái chỉ thị quái đản Z30. Lúc đầu hắn rất hăm hở. Mấy ngày sau, thấy sự chán chường hiện trên khuôn mặt, và hắn còn cho đó là sự sỉ nhục. Buổi tối cuối tuần, An đã ngắc ngư ở đâu đó, rồi thất thểu đi bộ tìm tôi. Thấy lạ, tôi hỏi: Xe pháo đâu, mà rũ rượi như thế này? Hắn không trả lời, ngoắc tay, rủ đi uống tiếp.

An không phải là đệ tử lưu linh, song chẳng hiểu thế quái nào, hôm nay rượu gạo hắn cứ liên tục nhát một. Sợ hắn đổ kềnh kếnh cang, tôi liền úp cốc, hỏi:

- Việc chó gì, mà tâm trạng bất ổn thế này?

Hắn hất tay tôi, rồi ngửa cốc định rót tiếp:

- Có nói, ông cũng đếch hiểu tâm trạng lúc đó của tôi đâu.

Tôi úp tay vào miệng cốc:

- Khoan rót. Chưa nói, làm sao ông biết, tôi không hiểu. Và dù hiểu, hay không hiểu, thì ông cứ tuôn mẹ nó hết ra, có phải nhẹ nhõm, thanh thản hơn không.

An đặt chai rượu xuống, nhìn tôi với đôi mắt ngân ngấn như có nước, rồi rỉ rả kể:

Sáng hôm qua, tổ tôi nhận lệnh sục vào một quán cà phê ở Quán Thánh. Như có linh cảm, tôi lùi lại đứng vòng ngoài, để thằng tổ phó dẫn quân sục sạo. Lúc sau, nghe có tiếng phụ nữ vật vã van xin: Các anh thông cảm, bao cà phê này là tài sản, vốn liếng cuộc sống của cả gia đình. Các anh lấy đi, chắc chắn mẹ em sẽ chết, bởi không còn tiền thuốc thang...

Lúc đầu, tôi không định vào. Nhưng tiếp đó, nghe tiếng rên rỉ, van xin trong tiếng nấc, tiếng ho của bà cụ, tôi (bị xúc động) chịu không nổi, nên đi vào.

Thật ra, quán cà phê là hiên nhà, thông với phòng khách của gia đình. Trông (bô nhếch) không khác gì quán chè chén của mấy bà bán vỉa hè. Ngách phòng khách có một căn phòng nhỏ tạm bợ, dường như mới được cơi nới. Nơi đó, có một chiếc giường duy nhất dành cho bà cụ đang cơn thập tử nhất sinh. Và bao cà phê hạt chừng bốn chục cân được kéo ra từ gầm giường ấy. Không hiểu sức lực từ đâu, khi tôi vào, thấy bà cụ đang xoay người giơ tay quờ quạng, như muốn túm, níu lại, dù khoảng cách với bao cà phê còn rất xa. Dưới đất, người phụ nữ run rẩy, ngồi chặn trước cửa, mặt cúi gằm xuống. Thằng tổ phó, thấy tôi, hắn lắp bắp gì đó, làm người phụ nữ ngẩng đầu lên, và quay lại. Tôi giật mình, quyển sổ trên tay rơi tuột xuống đất. Lùi lại mấy bước, tôi kêu: Cô Ngọc, cô Ngọc... Rồi như vô thức, tôi quay đầu, định bỏ chạy. Cô Ngọc sững lại một giây, rồi hỏi: An... An đúng không? Em làm gì ở đây? Lúc này, tôi đang muốn tìm cái lỗ nào đó để chui xuống, nên không còn tâm trạng trả lời. Từ xám ngắt, khuôn mặt cô Ngọc chuyển sang đỏ ửng, và một chút bối rối, rồi đứng phắt dậy: Em đang làm nhiệm vụ phải không? Tôi ấp úng, đứng trước cô vẫn như đứa học trò mắc lỗi bị phạt năm nào.

Cô Ngọc là giáo viên chủ nhiệm mấy năm học cấp 3 ở trường dân tộc nội trú của tôi. Khi chúng tôi sắp đến kỳ thi tốt nghiệp, cô được chuyển về Hà Nội, dạy ở một trường trung học, thuộc ngoại ô thành phố. Tuy là người Hà Nội, song cô rất yêu thương, tận tình dạy bảo và bao dung những thằng học sinh miền núi, tỉnh lẻ như chúng tôi. Khi về Hà Nội học, tôi đã mấy lần đi tìm cô, nhưng do nhầm lẫn địa chỉ, nên không tìm được. Rồi không ngờ bảy năm sau, không tìm mà gặp, trong cái hoàn cảnh cô và trò đều muốn độn thổ này.

Thấy tôi đứng như trời trồng, cô bảo: An cứ tiếp tục làm nhiệm vụ của mình đi. Tôi càng bối rối. Chưa biết xử trí thế nào, thì thằng tổ phó kéo thốc tôi ra ngoài, rỉ tai:

- Hoàn cảnh cô giáo của ông quả thực khó khăn, do vậy, tịch thu (không nỡ) không được. Không tịch thu thì càng không được. Bởi, ở đây không chỉ có ông và tôi. Và ngoài kia nữa, còn rất nhiều tai mắt đang rình mò chúng ta. Bây giờ, có lẽ ông không nghĩ được gì đâu. Theo tôi, chỉ còn cách duy nhất, tạm tịch thu nửa bao, gọi là có tang vật. Về gặp sếp, hoặc bằng cách nào đó, ông xin lại, trả cho cô giáo.

Không còn cách nào khác, tôi trở vào nhà, nói với cô Ngọc hướng giải quyết như vậy. Cô cười. Tiếng cười mềm nhũn, như xát muối vào lòng tôi, khi cô cứ xuýt xoa: Làm vậy, có ảnh hưởng gì đến em không... ảnh hưởng gì đến em không... Tôi trả lời: Không, một cách vô thức. Có lẽ, câu trả lời này, cho tôi và cô đỡ ngượng ngùng thôi. Chứ quả thật, tôi chưa biết sự việc sẽ diễn ra như thế nào.

Đầu giờ chiều, dường như sếp vừa ăn nhậu ở đâu đó về, mặt mũi có vẻ tưng bừng lắm. Biết lúc này, tính nết của sếp dễ dãi, mát mẻ nhất, tôi lựa lời trình bày sự việc. Lúc đầu, sếp cứ tưởng chuyện trăng hoa ong bướm, nên cứ gật đầu lia lịa. Khi đến đoạn xin lại tang vật, trả cho khổ chủ sếp giật mình, tỉnh rượu ngay, mắt nhìn tôi trừng trừng: Không được. Việc này, đâu chỉ có ngành an ninh cảnh sát quyết định được. Cái chỉ thị Z30, nó không chỉ cắt đầu mày, mà nó còn thiến cả đầu của tao nữa đấy. Đừng đùa với lửa trong lúc này.

Rất ngán ngẩm, tôi rời phòng sếp. Nhưng nghĩ đến hoàn cảnh cô giáo Ngọc, và giữ lời hứa của mình, chiều nay, tôi mang chiếc xe đạp (tài sản đáng giá nhất) cắm ở ngoài chợ giời. Cảnh giác, quan sát chắc chắn không có kẻ rình mò, tôi mới dám vào nhà cô Ngọc. Đưa cho cô, tôi bảo đó là tiền bán cà phê.

Tôi ngắt lời An:

- Ông hơi bị nhanh nhẩu đoảng. Bởi, cô Ngọc khó có thể tin đó là tiền bán cà phê.

- Tất nhiên, cô Ngọc không tin. Bởi, cô biết tài sản, tiền bạc đã bị nuốt rồi, thì làm sao mà nhả ra được. Nếu có xin xỏ được, thì làm chó gì nhanh như vậy. Nên cô trả lại tiền. Tuy nhiên, tôi vẫn để lại, rồi chuồn đi uống rượu cho đến bây giờ. Quả thực, nếu tôi không mang tiền đến thì bà cụ nhà cô Ngọc chỉ có con đường chết. Bởi, sau khi khám nhà, tịch thu tài sản, quán cà phê không thể hoạt động. Và nếu có hoạt động, thì khách nào dám đến...

Một tuần sau bữa nhậu chán chường ấy, An không đến tìm tôi. Thấy lạ, tôi đến đơn vị hắn hỏi. Đồng đội của hắn bảo: An bị bệnh đau đầu, chóng mặt cả tuần nay, nhưng bác sĩ chưa tìm ra căn nguyên, hiện đang nằm ở Bệnh viện 198. Nghe xong, bất chợt, tôi bật cười, suýt nữa phát ra thành tiếng: Thằng cha này đóng kịch giỏi. Tiếng cười vô duyên làm gã đồng đội của hắn ngớ cả người, tưởng tôi lên cơn điên. Có lẽ, chẳng phải riêng tôi mong cho hắn nằm viện đâu, mà còn rất nhiều thằng mong như vậy, nhưng với mục đích, chủ ý khác nhau mà thôi. Bởi, cái chức tổ trưởng liên ngành, quyền hành ngang ngửa với những ông đội cải cách ruộng đất ngày xưa. Oai phong béo bở, thơm như múi mít như vậy, thằng nào chẳng khoái, chẳng nhòm ngó, đang xếp hàng chờ đến lượt...

Thấy tôi thiu thiu gà gật, miệng còn tủm tỉm cười, An huých cùi chỏ vào mạng sườn:

- Ngủ rồi, còn cười cái chó gì nữa.

- Chẳng hiểu thế quái nào, cái thời ông cầm đầu bọn liên ngành đi cướp bóc người dân, trở về luồn vào quấy phá giấc ngủ bù của tôi.

- Tôi cũng đang muốn quên cái thời bi thương và khốn nạn ấy. Tuy nhiên, cũng cần phải cảm ơn nó đã giúp tôi đủ can đảm từ bỏ tất cả, để chuồn sang Đức cày thuê cuốc mướn. Mà này, thằng bỏ mẹ ấy, hình như bây giờ mới bò ra kia...

Nhìn theo hướng tay An chỉ, sau cửa kính thấy một gã thấp đậm, bụng to như đàn bà chửa, làm cho đôi chân ngắn tũn lại, Từ xa nhìn đôi chân khuỳnh khuỳnh chữ bát của hắn đang vạt đi, vạt lại, tôi cứ ngỡ một con cua đang bò.

Tay bắt mặt mừng, vẫn chất giọng sếp từ Việt Nam sang, cứ oang oang như chốn không người. An cười cười bảo tôi: Đây là Trần Văn Tân tức Tân Cháy, nguyên Phó cục trưởng thanh tra thuộc... Tân Cháy xua tay, không để An nói hết: Thôi ông cắt mẹ cái chương trình ấy đi. Rồi Tân Cháy quay sang tôi: Trường, Đỗ Trường phải không? Đã nghe, đã đọc ông. Trông cũng còn ngon ra phết nhỉ.

An hỏi làm gì, mà bây giờ mới mò ra. Tân Cháy bảo, Vali bị thất lạc. Phải trình báo, họ đã tìm thấy. Ngày mai mới đến nơi, họ sẽ chở thẳng đến nhà ông. Mấy thằng Hàng không Đức quả là nhanh và nhiệt tình. Trong lúc làm việc, chúng cứ xin lỗi, cảm ơn liên mồm. Ở Việt Nam ít được nghe, sang đây nghe nhiều những cảm từ này thấy lạ, đôi khi, thấy rách việc ông ạ.

Vừa bước chân lên xe, Tân Cháy đã hỏi:

- Dạo này làm cái quái gì cũng nhọ. Các ông xem có chỗ nào giải đen không?

Tưởng gã hỏi về vấn đề ăn uống kiêng ky, đen đỏ, nên tôi trả lời:

- Ở đây làm quái gì có thịt chó mà giải đen.

Gã cười:

- Chó mèo gì, ông nỡm, cái khoản kia kìa!

An bảo:

- Ông không bao giờ bỏ được cái tật ấy. Bây giờ đưa ông đến Nhà Đỏ nhé!

- Nhà Đỏ thì nói làm gì. Phải là những bạch kim, mắt xanh, da trắng ở độ trăng tròn mới đỉnh. Đạn dược không thành vấn đề.

- Thế thì ông về Việt Nam nhé! Ở đây không có. Nếu có, trước sau cảnh sát nó xích cổ ông lại.

- Chả lẽ, ở đây không có hoa tiêu, dẫn mối và bảo kê?

- Tôi không biết, và cũng chưa nghe.

Tân Cháy thở dài:

- Thế thì cuộc sống buồn chết đi được. Cả triệu Euro trong tài khoản của tôi mang sang đây định mua bất động sản, thành lập công ty, để hợp thức hóa việc ở lại Đức, theo sự hướng dẫn của văn phòng luật ở Berlin, có lẽ phải suy nghĩ lại. Nếu ở Đức buồn tẻ như vậy.

Tôi hơi bị khó chịu, dù câu nói của Tân Cháy có thể là thật tình:

- Nhiều tiền như vậy, ông tìm đường sang Đức làm chó gì?

- Nếu ở Việt Nam mà bình yên, dù có phải mai danh, ẩn tích thì tôi cũng chẳng lọ mọ sang đây làm quái gì. Ông không biết chúng đang xây lò đốt nhau hừng hực đấy sao. Chẳng biết khi nào mình phải chui vào cái lò bát quái đó. Thôi cứ chuồn trước là thượng sách.

An quay sang gã:

- Già rồi, ông bỏ bớt cái thú tính ấy đi. Cái bả hồi ở Trường An Ninh vẫn chưa tởn sao?

Tân Cháy im lặng. Nhìn sang, tôi thấy mắt gã mở trừng trừng dội ngược lên trần xe. Vỗ vai, tôi đùa hỏi gã:

- Tên Trần Văn Tân đang ngon lành, làm thế quái nào ông có cái Spitzname Tân Cháy. Nghe có vẻ bà con, họ hàng với ông Hỏa, bà Hỏa thế nhỉ?

Tân Cháy chớp chớp mắt, rồi co người ngồi thẳng lại:

- Cái tên cúng cơm này, chẳng hề liên quan gì đến ông bà Hỏa cả. Nhưng nó cũng là một giai thoại đấy, và có ngay từ thuở tôi và Nguyễn Bình An đang là sinh viên Trường An Ninh. Này, ông An hãy kể lại thật vô tư, và chính xác, có khi cho Đỗ Trường hứng thú viết được cả cái truyện ngắn chứ chẳng đùa.

An cười:

- Tên Tân Cháy, nó gắn liền với cái bẫy tình, sau này là bẫy người của các ông. Những mưu mô quái quỷ, dẫm đạp lên nhau ấy, đã kể thì phải nói toạc ra hết. Ông có đủ can đảm nghe lại không?

Chẳng biết, trên máy bay, hay lúc chờ làm thủ tục vali thất lạc Tân Cháy đã khật khừ bia, rượu hay chưa, nhưng giọng có vẻ cứng cỏi, khí thế lắm:

- Chuyện thường xảy ra ở huyện nhé! Tôi đã hạ cánh an toàn, chẳng ngại bố con thằng nào cả. Cái xã hội từ trên xuống dưới lọc lừa nhau, chứ chẳng riêng thằng chó nào. Thằng nào nhiều mưu, đủ mạnh thì thắng vậy thôi. Ông cứ việc kể tuốt tuồn tuột ra...

***

Cái đói cứ xoắn lấy Tân. Có lẽ, chưa bao giờ gã phải chịu những cơn đói triền miên, đói hoa mày chóng mặt, đói quên cả học hành. Khi còn ở trên quê, hay ở trường nội trú tỉnh cũng đói, song gã còn có thể vào rừng kiếm một thứ gì đó ấn vô bụng. Chứ ở trường An ninh, giữa phố phường thủ đô, làm chó gì có rừng để gã vào tìm rau, tìm củ. Do vậy, gã buộc phải chui vào chuồng lợn, chuồng heo để tìm cơm cháy, của nhà bếp vừa thải xuống đó. Và cũng từ cái chuồng heo này, kết cho gã một mối tình, có thể nói đi vào "giai thoại" truyền miệng trong giới sinh viên.

Thật ra, Cao Hồng Hạnh không xấu đến nỗi... như các sinh viên đàn anh thường lấy ra gán ghép, trêu đùa. Nhưng Hạnh mắc phải chứng bệnh hở van dạ dày, dẫn đến mồm miệng và hơi thở có mùi rất khó chịu. Do vậy, dù làm công việc quản lý dạ dày của sinh viên, và là cháu ruột của một sĩ quan cấp cao, quyền uy ngoài Bộ, song chàng sinh viên nào đến với Hạnh cũng chỉ được một thời gian ngắn, rồi không đủ can đảm quay trở lại. Tuy chưa đến cái tuổi các cụ cho là quá lứa lỡ thì, nhưng nhìn Hạnh ngày càng khô cằn. Tân quen Hạnh đang ở hoàn cảnh như vậy, và trong một lần xuống nhà bếp sinh viên rình lấy cơm cháy.

Chỉ có vài lần, Hạnh dành riêng phần cơm và những rá cơm cháy cuối ngày cho Tân cùng bạn bè, vậy mà không rõ bọn thối mồm, độc miệng nào đã đồn thổi, gã khoái cỡi máy bay bà già. Ban đầu có một

52

chút mặc cảm, mấy ngày gã không dám gặp Hạnh. Dù nàng cứ kè kè cái cặp lồng cơm thịt thơm phưng phức đi tìm gã khắp nơi. Có vài ngày như vậy, mà cái dạ dày cứ réo lên ùng ục, dường như gã không còn sức lực, tinh thần để theo kịp giáo trình học hành và luyện tập. Có thể nói, cũng là kẻ chịu khó đọc Marx, đôi lúc gã cũng nhận ra sự mâu thuẫn, và cảm thấy phân vân, dao động. Nhưng có câu này của Marx, gã khoái: "Vật chất quyết định ý thức". Nó điểm đúng vào tâm lý, thực tế làm cho gã thức tỉnh, đảo lại ý nghĩ, nhận thức của mình trước những quan niệm cũ rích. Do vậy, với gã lúc này, cái dạ dày quan trọng hơn, tiếng tăm, và sự đồn thổi của bọn rách việc. Từ đó, quan hệ có tính hai chiều giữa gã và Hạnh ngày càng đi vào chiều sâu, chất lượng. Vậy là, cái tên cúng cơm Tân Cháy, vận vào gã từ đó.

Buổi tối cuối tuần, sân trường vắng vẻ. Sau bát mì khuya, Hạnh kéo Tân Cháy ra góc tối đằng sau nhà ăn đứng chuyện trò, tâm sự. Trời oi nồng, cũng như mọi khi, Tân Cháy vô tư cởi phanh cúc áo. Hạnh ngả đầu vào vai gã, tay cầm tờ báo quạt phành phạch: Trời có lẽ sắp mưa anh ạ. Gã chưa kịp trả lời, không hiểu từ đâu ánh đèn pin rọi thẳng vào mặt. Dường như, Hạnh bị giật mình, làm rớt tờ báo xuống đất, hai tay ôm chặt lấy gã. Tân Cháy chưa kịp định thần, đã thấy mấy tay bảo vệ vây xung quanh, và quát:

- Hai người đứng yên, giữ nguyên hiện trường. Học viên an ninh gì mà có lối sống buông thả thế này.

Tân Cháy lùi lại, đẩy Hạnh ra xa:

- Chúng tôi đứng chơi, có làm gì đâu.

Đèn pin rọi sang Hạnh, áo quần xộc xệch. Nút áo tuột đâu mấy chiếc, dưới quần khóa chưa kịp cài:

- Quần áo thế này, bảo chưa làm gì hử? Về văn phòng lập biên bản.

Mặc cho Hạnh và gã giải thích, xin xỏ, song cái biên bản quan hệ trai gái buông thả, ảnh hưởng nghiêm trọng hình ảnh người học viên an ninh nhân dân vẫn được lập ra.

Tân Cháy chưa kịp hoàn hồn, mấy ngày sau Phòng tổ chức và Phòng giáo vụ gọi lên. Sau khi đe nẹt, rồi xoa nắn, gã có hai con đường để chọn lựa. Nếu là sự chơi bời, buông thả, có thể bị đình chỉ học, trả về địa phương. Song nếu là quan hệ yêu đương nghiêm túc, đi đến hôn nhân, sẽ chỉ nhận mức độ kiểm điểm, cảnh cáo trước phòng, khoa mà thôi.

Dù biết đó là cái bả, một kịch bản tồi, song con đường thứ hai, buộc Tân Cháy phải chọn. Và đám cưới của gã với Cao Hồng Hạnh diễn ra một cách chóng vánh, làm cho bạn bè, đồng đội của gã không khỏi ngạc nhiên. Thôi thì cũng mừng cho gã. Từ nay, gã cứ việc cơm no bò cỡi. Bạn bè gã bảo vậy. Mà chẳng mừng sao được, khi ra trường bạn bè cùng khóa, người lên rừng, kẻ phải xuống biển, gã được bắn một phát về Bộ. Tuy nhiên, không có ai có thể hiểu được nỗi hận trong lòng gã.

Mười mấy năm trong ngành dù sau lưng có ông chú vợ, gã cũng không làm nên công trạng gì. Tước thì có chức thì không, nên gã đâm chán nản. Nhân ông chú vợ được chuyển ra Văn phòng chính phủ, gã cũng xin chuyển ngành, làm Trưởng phòng ở Cục thanh tra thuộc một Bộ gã đã từng theo dõi mảng an ninh. Từ đây, gã có quan hệ chặt chẽ với các Giám đốc, Tổng giám đốc trên khắp cả nước, nhất là từ khi Mỹ bỏ cấm vận. Tiền bạc, đất cát từ đâu rót về cứ đều đều làm cho gã đổi tính, đổi nết. Mưu mô, cạm bẫy của gã giăng ra đố con mồi nào chạy thoát. Những kịch bản gã đã dựng không thể ai bắt bẻ, hoặc chọc khe. Khi gã thành công nhử một Tổng giám đốc ở phía Bắc sập bẫy, đi nghỉ mát dài hạn, để đồng bọn một Tổng giám đốc ở phương Nam có cơ hội trèo lên chiếc ghế Thứ trưởng, thì ngay sau đó gã có quyết định lên Phó cục trưởng thanh tra. Một chức vụ có thể nói, không lớn cũng không hề nhỏ, song ở vị trí đắc địa, ngứa mắt chọc thằng nào, thằng ấy đi điếu. Chẳng vậy, trong một lần khật khừ với mấy thằng bạn thời trẻ trâu, gã rỉ tai: Tao thừa tài lực để ngồi vào cái ghế cục trưởng, thứ trưởng, nếu muốn. Nhưng những thứ đó ở cái Bộ này chỉ là hư danh, chết thế mà thôi. Cái tao cần là quyền lực, bởi ở cái đất nước đang lộn tùng phèo này, không biết thằng bé sợ thằng to, hay thằng ngồi trên sợ thằng ngồi dưới. Thằng nào cũng có cái thóp để bóp cả. Nên, tao chỉ làm cục phó cho đến khi giải nghệ...

Xe đã về tới trước cửa nhà, câu chuyện Nguyễn Bình An kể về Tân Cháy phải dừng lại, dù chưa đến hồi kết. Tuy vậy, Tân Cháy vẫn cười ha hả, khen An có trí nhớ tuyệt vời.

Lê Thu Đông vợ An là bạn học thời trẻ trâu, và cũng là đồng nghiệp của An và Tân Cháy sau này, vẫn còn chờ cơm. Trời đã về sáng bữa nhậu vẫn chưa tàn. Song tôi vẫn phải tạm biệt vợ chồng An- Đông và Tân Cháy để quay về Leipzig cho kịp giờ làm việc. Xe sắp chuyển bánh, thấy Tân Cháy chân trần chạy ra giựt cửa xe, ghé tai thì thầm:

- Nếu có hứng thú viết lách gì đó, đề nghị Đỗ Trường nhớ đổi cho cái tên nhé.

- Tỉnh rượu rồi hay sao, mà lại co rúm người vào như vậy.

- Một phần như vậy, nhưng cái chính canh bạc chưa đến hồi kết.

Tôi đùa:

- Ông cẩn thận, không lại bị xích cổ về như Trịnh Xuân Thanh, thì đi mò tôm đấy.

Gã cười:

- Vụ thằng Thanh cũng là một kịch bản. An ninh, mật vụ Đức, họ thừa biết, nhưng mắt nhắm mắt mở để các bố diễn xuất thôi. Do vậy, vụ án này không bao giờ có hồi kết, rồi sẽ đi vào quên lãng.

Nhận định, này của Tân Cháy dường như cho tôi một sự đồng cảm. Tôi gật đầu, và cũng chúc gã công việc xuôi chèo mát mái cùng với Công ty luật ở Berlin vào tuần tới.

Leipzig ngày 8-8-2019

KẺ GÁC CHUỒNG NGƯỜI

Gà đầy ự đĩa. Những cái nhìn thăm dò, cân não cùng đòn gió đã được đưa ra, vậy mà không ai có thể ù. Mặt thằng nào cũng phừng phừng đỏ. Đang độ gay cấn, căng thẳng, chợt có tiếng Đỗ Nga Thị the thé từ phòng khách vọng ra: Có đứng dậy đi về hay không, thì bảo.

Tiếng quát làm gã đầu bạc ngồi đối diện với tôi giật mình, mấy lá bài trên tay rơi úp vào lòng. Hai Hiển chủ nhà, một thuyền nhân tị nạn, ngồi cạnh càu nhàu: Bà làm quái gì hắc xì dầu thế. Để ông ấy chơi chút nữa, gà béo, bắt đến nơi rồi.

Không trả lời Hai Hiển, Đỗ Nga Thị vọt ra, đứng sau gã đầu bạc, thúc thúc đầu gối vào lưng: Đứng dậy, đứng dậy, làm thì lười, tá lả sao chăm thế!

Gã đầu bạc ngước mắt, đang định nói gì đó, gặp ngay ánh mắt có lửa của Đỗ Nga Thị, liền cụp vội xuống, lẩm bẩm. Mọi người lắc đầu, mất hứng, hạ bài, định chia gà. Nhưng tôi bảo gã đầu bạc: Để nguyên gà đó, tôi thế chỗ ông. Phần gà của ông bao nhiêu, tôi trả.

Gã đứng dậy, Đỗ Nga Thị quay người, bước đi. Gã ngả người vào Hai Hiển thì thầm: Ông cầm tiền giúp tôi, mai qua lấy. Bây giờ mang về, nó lột hết.

Đỗ Nga Thị ra cửa gặp ngay Minh Phủi đi với vợ mới từ Việt Nam sang. Thị cười tít cả hai con mắt, cùng Minh Phủi lại quay vào nhà, chuyện trò rôm rả, để gã đầu bạc chưng hửng đứng ở ngoài. Minh Phủi người Nha Trang, bạn thời trẻ trâu, đá bóng phủi hè phố của Hai Hiển. Hắn phải làm ca chiều, nên đến muộn. Bữa nhậu mừng ngày schulanfang (ngày tựu trường đầu tiên) của con Hai Hiển đã tàn canh. Minh Phủi cùng đội lao động cũ với Đỗ Nga Thị. Những ngày cuối tuần trước đây, Minh Phủi cùng Thị thường tay trong tay đến lò mổ chúng tôi xin tiết canh, cổ hũ. Đỗ Nga Thị xuất thân từ gia đình trưởng giả. Bố làm quan không lớn, nhưng ở vị trí nắm thóp được nhiều kẻ. Do vậy, dù tiếng Đức phọt phẹt Thị vẫn được cử sang làm bà đội. Tuy là đảng viên cộng sản, song bức tường Berlin vừa sụp đổ, Thị vọt một phát thẳng sang Tây Đức, đặt đơn tị nạn chính trị. Lúc đó, không riêng gì nước Đức mà cả Đông Âu xáo động, người Việt chạy loạn xì ngầu, tôi gặp lại Thị ở trại tị nạn Ingelheim thuộc bang Rheinland-Pfalz. Thời gian sau, Thị về định cư ở vùng Karlsruher, cách Wallhalben nơi tôi cư ngụ không xa.

Đứng chờ lâu, có lẽ đâm chán, gã đầu bạc giục, Thị quắc mắt: Làm gì mà nhặng xị lên thế, ngồi vào tá lả, tý nữa về. Mặt gã đầu bạc tái dại đi, yết hầu giật giật chạy lên chạy xuống. Cúi gằm mặt, im lặng, gã quay vào ngồi cạnh tôi. Lúc đó, mới biết gã cùng tuổi tôi, tên Nguyễn Đức Kiên Cường, cựu sinh viên Đại học giao thông Hà Nội, chồng chính thức của Đỗ Nga Thị cũng mới từ Việt Nam sang. Mới đầu, cứ nghĩ Cường lầm lì, kín miệng, nhưng không phải vậy. Ngồi chưa ấm chỗ miệng gã liên thanh như máy khâu vậy. Không những thế, gã còn chõ miệng giục tôi, phải đánh con này, ăn con kia... Nhức đầu, đâm ra bực mình, tôi bảo: Hãy đóng bớt cái miệng lại! Tôi chơi, hay ông chơi đây? Ấy vậy, mà chỉ im lặng được một lúc, rồi gã lại liến thoắng. Nghĩ bụng, có lẽ thằng này bị bệnh thần kinh nặng rồi.

Thời gian đó, tôi viết văn, viết báo khá miệt mài cho các báo: Hướng Việt, anh Trần Hữu Phúc biên tập, Nhóm Khởi Hành với Diễn Đàn (Forum) thủ lĩnh là danh thủ bóng đá Phạm Văn Kiểm, cùng Viên Giác do Thượng Tọa Thích Như Điển chủ bút... Do vậy, khi phỏng vấn ở Zirndorf, tôi được anh Trần Hữu Phúc và các anh thông dịch (cựu sinh viên trước 1975) ở đó giúp đỡ rất nhiều. Và ngay từ đợt đầu, tôi đã được chấp nhận tị nạn chính trị. Và cũng phải nói, Sở xã hội vùng Wallhalben rất tốt, biết tôi chỉ viết văn ba lăng nhăng, ấy vậy mà họ cấp riêng cho một căn phòng nằm bìa rừng rất tĩnh. Nên chỗ tôi cũng là nơi qua lại, tụ tập của những kẻ chán phố thị ồn ào, hoặc muốn giải tỏa những ưu phiền.

Từ sau buổi quen biết ở nhà Hai Hiền, Nguyễn Đức Kiên Cường cũng thường xuyên mang bộ mặt đưa đám đến chỗ tôi như vậy. Cường là một kẻ dẻo mỏ, và lúc nào cũng cố tạo cho mình cái dáng dấp khoan thai, trịnh trọng. Đằng sau cái tưởng chừng trí tuệ, uyên thâm ấy, là sự giả dối và rỗng tuếch của gã. Nếu gặp lần đầu, người không tinh sẽ bị cảm giác đánh lừa. Tuy vậy, có những lúc u sầu, say mềm Cường tỏ ra yếu đuối, và cũng rất thật thà. Có lần,

Cường đến chỗ tôi trong tâm trạng rất bi quan và kích động. Gã chửi tuốt tuồn tuột từ vợ con cho đến xã hội. Rồi gốc gác, gia phả dòng họ Nguyễn Đức của mình ở Ninh Bình, Cường cũng lôi ra, chẳng cần biết tôi có nghe gã kể hay không:

Dòng họ Nguyễn Đức trải qua nhiều đời làm nghề hoạn lợn, và chăn dắt heo đực cho thuê nhảy nái, dọc theo những làng ven sông Đáy. Đến đời Nguyễn Đức Tịnh bố Cường, dù tay nghề thiến heo đã vào dạng cao thủ, song ông vẫn bỏ theo bộ đội, tham gia chiến dịch Điện Biên Phủ. Chẳng hiểu cơ duyên đưa đẩy thế nào, từ mổ lợn, thiến heo Nguyễn Đức Tịnh chuyển thẳng sang mổ người. Tuy vậy, cái spitzname Tịnh Thiến vẫn đeo đẳng, bám chặt lấy ông. Hòa bình, ông theo học bác sỹ chuyên tu, rồi được cử sang Đông Đức làm nghiên cứu sinh. Về nước, với mảnh bằng tiến sĩ hữu nghị, cùng lý lịch hoạn lợn bần cố, Tịnh Thiến được điều vào bệnh viện Việt Xô chăm sóc sức khỏe cho các ông lớn.

Không chỉ cách ly hoàn toàn với dân chúng, mà các quan cùng được hưởng đặc ân ở Bệnh viện Việt Xô cũng phải chia khu lớn nhỏ, cao thấp khác nhau. Kiểu như khẩu phần ăn đại táo, trung táo, tiểu táo, mậu dịch Nhà Thờ hoặc Tôn Đản vậy. Quan càng lớn, càng sợ nghẻo. Do vậy, trình độ thiến heo, tiến sỹ hữu nghị của Tịnh Thiến chỉ được phép phục vụ chăm sóc cho các quan phẩm hàm thấp, thứ, vụ trưởng, tổng giám đốc... mà thôi. Ấy vậy, trong cái rủi lại đẻ ra cái may. Phục vụ loại phẩm hàm này, tuy không vác mặt lên bằng các khu khác, nhưng quan hệ chặt chẽ qua lại vật chất, tinh thần Tịnh Thiến vui vẻ và rủng rỉnh lắm. Mỗi lần thiết kế xong một hồ sơ bệnh án để các quan phẩm hàm này đủ điều kiện sang Đông Âu nghỉ dưỡng, thì tên tuổi, quan hệ Tịnh Thiến với họ càng đậm nét và nồng thắm. Chẳng vậy, thằng con Nguyễn Đức Kiên Cường học hành ba lăng nhăng, vừa tốt nghiệp được giữ lại làm giảng viên Trường Đại học giao thông ngay tắp lự. Khi bạn bè cùng khóa, thằng nào thằng nấy đều phải sung lính, lao thẳng lên mặt trận biên giới. Đến đường tình của Cường với cô con gái họ Đỗ cũng được bắt đầu, rồi khai hoa nở nhụy từ những mối qua hệ qua lại ấy của Tịnh Thiến.

Nghe Cường nằm lảm nhảm, bỗng có một chuyện làm tôi giật mình, đang viết cũng phải buông bút quay lại, hỏi gã. Bởi, liên quan đến những người bà con, họ hàng bên ngoại tôi, mà tôi chứng kiến, từ mấy chục năm trước:

Với trình độ thiến heo, tiến sĩ hữu nghị của Tịnh Thiến không thể gặp may mãi được. Đặng Chế con cô Đặng Thị Uẩn em kế của ông Trường Chinh, trong họ anh gọi mẹ tôi là bác. Là giảng viên Đại học giao thông lâu năm, nên anh đủ tiêu chuẩn khám chữa bệnh ở khu hạng bét của Việt Xô. Và anh Đặng Chế cũng là thầy dạy của Nguyễn Đức Kiên Cường. Đang khỏe mạnh, gần nửa đêm anh bị đau bụng. Không muốn làm phiền ai, anh tự đạp xe vào Việt Xô. Thật là, còn đen đủi hơn đại hạn bốn chín, Đặng Chế gặp đúng vào ca trực của Tịnh Thiến. Chẳng biết Tịnh Thiến khám như thế nào, và cho uống những thứ thuốc bậy bạ gì, làm anh Chế chết ngay trong đêm ở bệnh viện. Sáng hôm sau gia đình, và Trường Đại học giao thông mới biết. Mới đầu, gia đình cũng định làm cho ra ngô ra khoai. Nhưng không hiểu, anh Đặng Hồi Xuân, Bộ trưởng y tế làm tư tưởng với cô Uẩn, chị Phương (vợ anh Chế) hay ở cấp cao hơn chỉ đạo xuống, không làm ầm ĩ lên nữa. Tất cả ngậm miệng, im lặng. Bực mình, hôm đám tang anh Chế, tôi rủ anh Bộ con út của cô Uẩn đi tìm Tịnh Thiến tẩn cho một trận. Song ông anh họ Đặng Đình Phúc trưởng khoa tai mũi họng Việt Xô tìm cách ngăn lại. Có lẽ, Tịnh Thiến là bạn cùng học bác sỹ chuyên tu, rồi cùng đi nghiên cứu sinh ở Đông Âu, và là cạ của Đặng Hồi Xuân chăng? Bởi, Đặng Hồi Xuân có thời gian làm Giám đốc Việt Xô. Một bên là họ hàng, một bên là cánh hẩu, Đặng Hồi Xuân thật khó xử lý. Rút cuộc, Tịnh Thiến được thoát nạn, tuy nhiên nghề cầm dao thiến heo vĩnh viễn phải chấm dứt từ đó.

Nghe tôi nhắc lại câu chuyện đầy đủ hơn, Cường bảo: Chuyện này tôi còn nhớ, nhưng không rành rọt cho lắm. Cũng không ngờ thầy Đặng Chế là họ hàng, bà con của ông. Gia đình tôi, thời gian đó chao đảo lắm. Tôi hỏi: Cuộc sống của Tịnh Thiến (tức bố ông) sau đó ra sao? Gã cười nhạt: Vật vờ, mọi người lánh xa cả. Cũng may lúc đó tôi kịp chuyển ra Bộ giao thông, chứ còn mặt mũi nào ở lại trường...

Trước khi về, Cường hỏi: Ngày mai, ông có thể cùng tôi ra Sở xã hội không? Có việc gì? Tôi hỏi lại Cường. Gã bảo: Phụ bếp, rửa chén bát ứ đến tận cổ rồi, tôi muốn xin Sở xã hội học tiếng, sau đó học lại, lấy bằng kỹ sư của Đức, để dễ xin việc làm. Sao bảo, ông qua đây để học thạc sĩ, tiến sĩ cơ mà, tôi hỏi tiếp gã như vậy. Cường đỏ mặt cười cười: Nói vậy cho máu thôi. Đơn tị nạn chính trị của vợ chồng tôi đều bị bác rồi. Luật sư nói, phải chờ luật nhân đạo đối với công nhân hợp tác lao động của Quốc hội kỳ này. Nếu Quốc hội thông qua, tôi mới có cửa ăn theo vợ.

Sáng hôm sau, tôi đi cùng Nguyễn Đức Kiên Cường ra Sở xã hội. Quả thực, Cường không hề biết tiếng Đức, ngoài hai câu, chào và tạm biệt. Đang lơ ngơ tìm chỗ lấy số thứ tự, chợt có tiếng gọi, tôi quay lại, nhận ra Thắng Còi. Thắng Còi là kỹ sư, học Bách Khoa Hà Nội khóa 23, đói ăn, sung vào đội quân cày thuê, cuốc mướn cùng ở Leipzig với tôi, nhưng khác đội. Hỏi làm gì ở đây? Thắng Còi bảo, đến xin tiền học thêm tiếng Đức, để học lại cái bằng kỹ sư máy điện. Thế là, có bạn cùng đường nhé, tôi bảo Cường như vậy. Rồi nhờ Thắng Còi dẫn Cường cùng vào trình bày, và nộp đơn cho tiện. Bởi, tiếng Đức của Thắng Còi rất khá. Lúc sau, hai gã ra, nhìn mặt mày tươi rói. Hỏi thế nào? Cả hai cùng đồng thanh: Sở xã hội hứa, sẽ cố gắng giúp, kết quả gửi tới nhà bằng đường bưu điện.

Phải nói, Baden- wurttemberg là một trong vài, ba bang giàu có nhất nước Đức, bởi nó là nơi tập trung nhiều nhà máy sản xuất ô tô, và điện tử, công nghiệp. Do vậy, quỹ xã hội lớn, mọi việc xin xỏ sẽ dễ dàng được chấp nhận hơn. Ở các bang khác vào những năm 1991-1992, mấy ông lật khật đang xin tị nạn như Cường hay Thắng Còi, hoàn toàn không được phép đi học. Người Việt xuất thân từ công nhân hợp tác lao động, hay mới vượt biên vào Đức, nộp đơn tị nạn thời gian đó, dường như, chỉ có Nguyễn Đức Kiên Cường và Thắng Còi ở Baden- wurttemberg được đi học kiểu này.

Ngay sau đó tôi chuyển về thành phố Leipzig. Thỉnh thoảng, Thắng Còi cũng về Leipzig chơi. Hắn kể, Nguyễn Đức Kiên Cường đã bỏ học, bởi không thể vượt qua được môn tiếng Đức. Và Quốc hội đã thông qua luật nhân đạo, công nhân hợp tác lao động được phép ở lại Đức. Đỗ Nga Thị, vợ Cường đã rút đơn xin tị nạn, nhận giấy phép cư trú nhân đạo.

Cường được ăn theo vợ... và công việc phụ bếp, rửa chén đĩa vẫn không chịu buông tha hắn.

Từ đó, tôi ít có tin tức về Nguyễn Đức Kiên Cường, cứ ngỡ gã đã an phận với cái nghề rửa bát, lau chén đĩa của mình. Nhưng đầu hè 1997, bất ngờ Cường điện thoại cho tôi. Qua giọng nói, biết ngay tâm trạng gã đang lúc phấn kích, muốn được chia sẻ:

- Này Đỗ Trường, kể từ giờ phút này, tôi trịnh trọng tuyên bố giã từ cái nghề bếp núc của mình.

Biết cái tính phổi bò của Cường, nên tôi động viên ai ủi:

- Tìm được công việc mới hay sao? Ở Đức từ bác sỹ, kỹ sư đến người lao công, rửa bát đều được coi trọng như nhau. Quen việc rồi chuyển đổi làm gì.

Gã cười:

- Ông không hiểu được đâu. Cái nghề hoạn lợn và cái nghề rửa bát này, không hiểu sao nó cứ ám ảnh, dày vò dẫn đến sự tự ti, mặc cảm trong tôi. Dù ở Đức, song sự tự ti ấy, luôn làm cho tôi không còn là tôi nữa. Có đêm, tôi giật mình tỉnh giấc, mồ hôi vã ra cứ tưởng là máu, kinh sợ, như vừa bị ông bố, ông cố, ông tổ... đè xuống thiến sống mình vậy. Cho nên, nhiều lúc, tôi muốn rời xa tất cả, nhưng hoàn toàn bất lực. Cơ hội đã đến, dứt khoát tôi phải dứt bỏ nó.

Tôi dịu giọng, trước lời nói có vẻ sên sến, nhưng quả thực cảm động của gã:

- Thế ông định chuyển sang nghề gì, ở đâu?

Gã trả lời rất nhanh gọn:

- Việt Nam.

Tôi hơi bị giật mình, và không tin cho lắm:

- Việt Nam. Ông có đùa không đấy. Bao người về trắng tay, rồi lại phải ngược sang.

Gã giải thích:

- Bởi họ không, hoặc chưa đi đúng đường thôi.

Tôi hỏi lại:

- Thế ông định làm gì?

Gã có vẻ tự tin:

- Quyền lực. Tôi sẽ đầu tư vào quyền lực.

Tôi hơi bị hoa mày chóng mặt với ý đồ của gã này:

- Ông định làm học trò của Lã Bất Vi hay sao? Nguy hiểm lắm.

Gã không trả lời. Tôi định gác máy, nhưng đột nhiên gã nói thật nhanh:

- Yên tâm đi. Chưa thể nói cụ thể với ông, song con đường về của tôi đã có bọc lót hết rồi...

Và từ đó đến nay, trên hai mươi năm tôi chưa hề gặp lại Nguyễn Đức Kiên Cường. Hình như, tôi đã quên hẳn gã. Nếu thời gian gần đây, không thấy xuất hiện một ông quan lớn lập pháp, tiến sĩ Nguyễn Đức Kiên Cường miệng thét ra lửa, thường xuyên trên truyền thông, báo chí, thì có lẽ, tôi không biết cái sự đầu tư quyền lực của gã thành công đến vậy. Và dường như càng thành công, càng trèo cao thì bàn tay sắt của gã càng thít chặt cái chuồng người ở chính quê hương mình.

Đây chắc chắn là một trong những ván bài Ù quái thai, lớn nhất của cuộc đời gã, đất nước gã. Một ván Ù những người không chơi, không đặt cược cũng trắng tay.

Đức Quốc 16-11-2018

KẺ MỘNG DU

Có những người bạn chẳng thân cũng không sơ, lúc thì thâm sâu khó lường, khi thì mộng du, ảo tưởng nông cạn. Họ mất đi, đôi khi cũng để lại một khoảng trống trong tâm hồn. Từ đó, buộc ta phải cầm bút viết về họ, như thể khép lại một chặng đường đã qua vậy...

Hắn mất ở một thành phố rất xa, sau một tuần tôi mới biết, từ báo chí của cộng đồng. Một cái chết không gây cho tôi sự bất ngờ. Bởi, đã bước vào cái ngưỡng gần thất thập, bị thiến mất một lá phổi, và thương tích chiến tranh vẫn còn găm đầy mình, song hắn vẫn giữ lối sống hoang phí ở cái tuổi hai mươi. Mới tháng trước, hắn về Leipzig mua xe ô tô cũ, và ở lại nhà tôi ít ngày. Dù bị tràn dịch màng phổi sau một thời gian điều trị không lâu, hắn vẫn ực bia, đốt thuốc mù nhà. Cái khoản cá cược bóng đá, hoặc ngồi bấm máy Automat hắn không thể bỏ. Tuy chỉ chơi nhỏ với khoản tiền trong túi, nhưng hắn thường ngồi thông đêm. Chẳng vậy, mấy ngày ở Leipzig, cứ hai, ba giờ sáng, nhè đúng lúc vừa qua cơn trằn trọc, tôi bắt đầu thiu thiu ngủ, hắn bấm chuông gọi mở cửa. Chịu không nổi, tôi lừ hắn: Đã quá tam ba bận rồi, lần sau ngủ ngoài đường nhé. Hắn cười rất hồn nhiên, nhảy lên giường, rồi bật bia tu ừng ực...

Tôi gặp hắn lần đầu vào một chiều cuối năm 1986. Khi tôi và Hải Bia đang ngồi khật khừ ở hàng bia hơi Hoàn Béo đầu Ô Chợ Dừa, Hà Nội. Bia mới nhất tuần, chợt có chiếc Simson đỗ khự trước mặt. Một gã có lẽ, lớn hơn chúng tôi đến chục tuổi, dáng có vẻ còn thư sinh lắm, bước xuống, cười cười bắt tay Hải Bia thật chặt:

- Đến nhà, bà già bảo ông vừa biến. Đoán hôm nay ông sẽ ngồi ở đây, nên tôi mò đến. Trúng y phóc.

Hải Bia không trả lời, gọi thêm một vại, rồi kéo ghế chỉ cho hắn ngồi xuống. Thấy hắn quay sang tôi định chào hỏi, Hải Bia giới thiệu luôn, rồi chỉ vào hắn:

- Lê Quốc Bình, tức Bình Cảnh. Một tay chơi của Bộ công nghiệp nhẹ.

Lời ra, tiếng vào trong lúc khật khừ bia rượu, biết được Bình Cảnh đang nhờ Hải Bia lấy giấy xác nhận lý lịch đủ tiêu chuẩn sang Đức lao động của An ninh (A17). Bởi, thời gian này, hắn luôn bị Cục điều tra hình sự, Bộ công an gọi hỏi về vụ làm giả giấy tờ cho một gã bạn vào làm việc ở tỉnh Sông Bé. Do vậy, việc xét lý lịch sang Đức rất khó khăn, buộc hắn phải tìm đến Hải Bia. Hải Bia là kỹ sư, xuất thân từ Đại học Bách khoa Hà Nội (K22) chuyển sang Bộ công an. Tôi và Hải Bia quen biết, thân nhau qua Phạm Văn, một thương binh Quảng Nam tập kết cũng là sinh viên Đại học Bách Khoa. Thời gian ấy, Phạm Văn đang cửu vạn máy khâu từ Hải Phòng về Hà Nội cho tôi.

Chuyển vào an ninh, chẳng biết Hải Bia có học nghiệp vụ ngành hay không, mà lúc quái nào cũng thấy hắn lật khật, mặt mũi tưng bừng. Dường như, muốn gặp hắn, kể cả giờ hành chính thì phải tìm đến các quán bia. Nên cái Spitzname Hải Bia vận vào hắn từ khi nào cũng chẳng hay. Tuy theo dõi Bộ công nghiệp thực phẩm, nhưng Hải Bia vẫn có thể với tay sang Bộ công nghiệp nhẹ được. Do vậy, lời hứa với Bình Cảnh của Hải Bia cứ chắc nình nịch...

Cuối thu 1988, từ Limbach- Oberfohna Bình Cảnh đến Leipzig tìm tôi. Hắn bảo, đang là thợ sửa chữa máy khâu ở xí nghiệp may mặc. Qua trường độ nặng nhẹ hơi thở của giọng nói, cảm nhận ra ngay, sự chán chường của hắn đang ở mức kịch trần. Bởi, ở Việt Nam làm giả, ăn thật, suốt ngày hắn khệnh khạng bia bọt, phét lác, rong chơi. Ở Đức buộc hắn phải vào guồng máy, khuôn khổ. Và đã đến nơi đây, chức tước, già trẻ, lớn bé đều là thằng cày thuê cuốc mướn, xé vé đồng hạng (như nhau). Sự hụt hẫng ấy, làm cho hắn sụp đổ hoàn toàn về mặt tâm lý. Và con đường quay về Việt Nam chính là sự giải thoát. Hắn lẩm bẩm với tôi như vậy. Vỗ vai hắn, tôi an ủi, động viên:

- Mới sang chưa quen thôi. Ít ngày nữa có đuổi ông cũng chẳng chịu về đâu.

Bình Cảnh ậm ừ, im lặng. Tôi liền nhắc lại cái án làm giấy tờ giả, vẫn còn treo lơ lửng trên đầu hắn, nếu quay về, và hỏi:

- Cái vụ làm giấy tờ đếu cho bạn, nếu ông không là thái tử con quan, có lẽ, nó cho ông ra bã từ lâu rồi ấy nhỉ?

Hắn cười:

- Vụ đó là cái con mẹ gì. Còn những vụ ác đòn hơn thế nhiều. Lúc nào đó, tôi sẽ kể cho ông nghe.

Thấy hắn hứng khởi, tôi hỏi tiếp:

- Vụ bạn ông, làm thế quái nào bị "nghĩa lộ" vậy?

- Thằng đấy ham hố chết là phải thôi. Rất may sự việc chỉ đến tôi thì dừng, bằng không liên lụy đến nhiều người.

- Sự việc thế nào, ông có thể nói rõ hơn chăng?

- Nó là bạn học. Năm 1969, chúng tôi cùng tốt nghiệp cấp 3. Để bù lại sự thiếu hụt quân số từ Tết Mậu Thân 1968, hầu như con trai khóa chúng tôi đều phải vào bộ đội. Chỉ còn lại thằng thấp bé nhẹ cân, không đủ sức khỏe như nó mới học tiếp. Đến năm 1972 lệnh tổng động viên, các sinh viên đại học cũng phải nhập ngũ, vào chiến trường. Lúc đó, nó phổng phao, đủ cân đủ lạng nhưng sợ nghẻo, chuồn về quê, rồi theo đám thợ xẻ lên rừng. Nó sống như vậy, cho đến hết chiến tranh. Năm 1978, tôi gặp lại, thấy nó vất vưởng, không giấy tờ, hộ khẩu đâm chạnh lòng. Tôi bàn bạc, và mua cho nó hồ sơ bộ đội phục viên chuyển ngành khống. Tôi dặn đi dặn lại nó, phải vào các tỉnh phía Nam xin việc, và suốt đời chỉ là một công nhân bình thường. Nó ừ ừ, cạc cạc... phấn khởi, rồi phương Nam thẳng tiến. Với vỏ bọc đó, nó được nhận vào làm công nhân lâm nghiệp tỉnh Sông Bé. Tưởng đã yên thân, và yên tâm như vậy, nhưng không ngờ, thời gian sau, nó bắt đầu quấy đạp. Chẳng hiểu bằng cách nào, nó lọt qua cửa kiểm tra lý lịch vào đảng, và được cử đi học đại học tại chức, rồi vọt lên phó, trưởng phòng... Và đường công danh, tài lộc đang phát, thì bị phe cánh đồng chí phó giám đốc tìm ra thóp, bắt vở chọc ngoáy, khi nó vừa ngồi vào ghế giám đốc. Sự việc tóe loe, khi an ninh đến hỏi thăm, tôi mới biết. Đạn dược của nó lúc đó đủ bắn các cửa, nên không bị tù tội, nhưng buộc phải về nhà ôm đít vợ. Thật ra, vì hoàn cảnh có rất nhiều người buộc phải làm giấy tờ giả để có một cuộc sống, mưu sinh bình thường. Điều này, ai cũng có thể hiểu và cảm thông. Nhưng thằng này, không thoát ra được sự cám dỗ, đấu đá tranh giành quyền lực. Do vậy, không trước thì sau, nó phải đi điếu thôi. Tôi suýt nữa cũng toi theo nó, nếu không có ông già chống đỡ.

Bình Cảnh kể một thôi một hồi, rồi đột nhiên dừng lại, tu liền tù tì mấy chai bia, như thể vừa bỏ được gánh nặng, trút được ấm ức ở trong lòng vậy. Chờ tâm trạng hắn dịu lại, tôi bảo:

- Ông già của ông đã đến tuổi về vườn, chắc chắn không thể chống lưng cho ông mãi được. Ông yên tâm ở lại cày kiếm tiền, đỡ ngứa mắt chúng nó. Năm, sáu năm sau trở về sự việc có thể đã hóa bùn.

Hắn không trả lời, với bao thuốc châm lửa... hai mắt nhắm nghiền lại.

Có lẽ, nhắc lại án cũ làm cho Bình Cảnh chờn chờn, tởn tởn trước sự chăm sóc của An ninh chăng? Nên những lần gặp sau (tịnh) không thấy hắn than thở và muốn trở về Việt Nam nữa.

Năm 1989, mùa Thu dường như đến sớm. Mới tháng mười mà gió và rét như quất vào mặt người. Cùng đó, cơn bão tự do nổi lên, quật đổ bức tường Berlin, dẫn đến thống nhất nước Đức. Với kỹ thuật cổ lỗ, phần lớn nhà máy phía Đông phải đóng cửa. Không việc làm, dẫn đến không chỉ riêng tôi, mà dường như tất người Việt ở Đức, kể cả sinh viên và nghiên cứu sinh chạy loạn xì ngầu. Có lẽ, Bình Cảnh chợt tỉnh ngộ chẳng? Hắn không chịu nhận tiền đền bù để về nước, như phần đông các đồng nghiệp, mà chuồn thẳng sang Niedersachsen. Ở đó, hắn tự hành nghề bán hàng rong.

Sau một thời gian chạy lòng vòng, tôi lại quay về Leipzig. Thành phố thân yêu, với những kỷ niệm không thể nào quên, ngay từ buổi đầu tôi đặt chân đến Đức.

Cuối tuần, về Leipzig lấy hàng, hỏi thăm ai đó, Bình Cảnh biết tôi đang bán bia hơi và đồ ăn ở trung tâm thành phố, hắn mò đến ngay. Mấy năm không gặp, trông hắn có vẻ khí thế, đẫy đà hẳn ra. Dù vợ con ở nơi quê nhà dọa sẽ sang, hắn vẫn ẵm thêm một em mắt xanh, mỏ đỏ vừa từ Việt Nam qua tị nạn. Ngất ngưởng dìu em bước xuống từ chiếc xe BMW bóng nhẫy, hắn rất tự tin: Đây là em Hồng.

Rồi hắn nói liên chi hồ điệp, với hơi thở bắn ra toàn mùi tiền, đập vào mặt tôi cứ rát ràn rạt. Tương lai, mấy cái mẹt quần áo ngoài chợ giời của hắn trở thành công ty, thương hiệu cả thế giới phải biết tên, điểm mặt đến nơi rồi cũng không chừng. Viễn cảnh hắn vẽ ra, làm tôi cứ rung lên bần bật: Gớm, cái tính lạc quan kỳ này chẳng bù tí tẹo nào cho cái khuôn mặt gà rù của ông hồi mới sang nhỉ. Bắt tay, ôm vờ em mắt xanh mỏ đỏ, nhìn chõ sang hắn, tôi bảo vậy. Hắn cười phơ phớ: Sông có khúc, con người có lúc chớ.

Kể từ đó, tuần nào về mua hàng ở Leipzig, Bình Cảnh cũng ngủ qua đêm ở nhà tôi. Biết tôi, khoái đi chợ đồ cổ, đồ cũ. Do vậy, hôm Buss und Bettag, hay ngày lễ gì đó riêng của bang Sachsen, tôi được nghỉ làm việc, trùng với phiên chợ giời (flohmarkt) bán đồ cũ ở Braunschweig, hắn nhắn có hứng thú thì sang đi cùng...

Khi tôi tới chợ, ô đã dựng xong, Bình Cảnh và Hồng đang bày biện quần áo lên bàn. Chỗ đứng của hắn ở ngay cửa ra vào, rộng và dài nhất chợ. Một vị trí đẹp, hàng hóa đập thẳng vào mắt người qua lại. Nhìn chéo sang, thấy có một gã cũng tóc đen mũi tẹt, tuổi trạc Bình Cảnh đang chăm sóc, lau chùi mớ đồ giả cổ trên một chiếc bàn gấp bé tẹo. Ngẩng đầu lên, thấy tôi đang nhìn, gã dừng tay gật đầu chào.

Trời cuối thu, đứng lâu cái rét đã ngấm vào người. Tôi vòng quanh chợ một lần nữa, rồi sà vào hàng Glühwein. Mới tợp được vài ngụm, quay lại thấy gã bán đồ giả cổ, tay cầm ly Glühwein còn bốc khói, đứng ngay sau lưng. Tôi bắt tay gã, chào một câu tiếng Đức. Bóp chặt tay tôi, gã đáp lại bằng câu hỏi tiếng Việt, với chất giọng pha trộn, rất khó đoán người vùng nào:

- Em cũng là người Việt?

- Ồ! Vậy mà từ nãy đến giờ thằng em cứ ngỡ bác là người Thái, Phi hay Indo... chứ. Bởi, người Việt ta ở Đức hình như ít có ai buôn bán cái món này. Tôi phụt ra một tràng tiếng Việt làm gã bật cười:

- Thi thoảng mình đi chợ, bán cho vui thôi.

Câu chuyện đang đi vào chiều sâu về cuộc sống, sinh hoạt của người Việt ở hai miền Đông, Tây, đột nhiên gã hỏi:

- Cái ông bán hàng vải ở cửa chợ, nhìn rất giống một người bạn thời trai trẻ của mình. Ông ấy tên gì, và là người nhà của em à?

- Không. Là người bạn lớn tuổi thôi. Anh ấy tên Lê Quốc Bình.

- Hình như, ông ấy còn cái tên khác nữa?

- Còn Spitzname Bình Cảnh. Trước đây là lính tráng có thay tên đổi họ hay không, quả thực em không rõ. Anh đến chuyện trò thử xem, biết đâu là cố nhân.

Ực xong ly Glühwein có lẽ nóng người, tinh thần gã phấn chấn hẳn ra, theo tôi đến hàng Bình Cảnh ngay.

Trời đã về chiều, dường như chợ sắp tan. Bình Cảnh đang lùi chiếc xe ba khoang to vật vã đến gần để dọn hàng. Thấy tôi đi tay không với gã bán hàng giả cổ, Bình Cảnh nhảy xuống xe, hỏi:

- Không tăm được cái gì hợp khẩu vị hả?

- Tuy không mua được gì, nhưng tôi tìm được bác này, có thể là cố nhân của ông. Nhìn xem thấy có quen không?

Lúc này, Bình Cảnh mới quay sang gã hàng giả cổ. Phút giây im lặng,... đến khi gã hàng giả cổ tự lột chiếc mũ, để lộ ra vết sẹo to vật trên đầu của mình, Bình Cảnh chợt vuột ra:

- Nhẫn. Nhẫn Sẹo phải không?

Gã hàng giả cổ gật đầu, rồi cũng réo tên:

- Trần Phước Long. Tao ngờ ngợ ngay từ khi nhìn thấy mày. Thật không ngờ chúng ta còn có thể gặp nhau. Và ở trên mảnh đất xa tít mù tắp này.

Rồi cả hai cười ha hả, lao vào bá cổ và đấm bùm bụp vào bụng nhau. Tôi ngơ ngác, ngẩn tò te đứng nhìn. Lúc sau, hai gã mới rời nhau. Bình Cảnh quay sang tôi bảo, quả thật là cố nhân...

Tuy ở Braunschweig, nhưng sống độc thân, nhà cửa chật chội, thiếu bàn tay bếp núc cho việc nhấc lên đặt xuống khật khừ, do vậy Nhẫn Sẹo đồng ý về nhà Bình Cảnh ở Helmstedt. Hàng hóa chỉ có ở trong tay nải và chiếc bàn gấp nhỏ, do vậy gã cho cả vào xe của tôi. Trên xe, chuyện trò, tôi mới biết, Nhẫn Sẹo người gốc Quảng Bình. Năm 1954, mới 5 tuổi cha mẹ đã cho lên thuyền rong ruổi vào cửa biển Hội An. Ở đây gã theo cha mẹ làm nghề chài lưới. Năm mười sáu tuổi, chẳng biết đạn pháo kích của ông Nga, ông Tàu, hay của ông Mỹ, ông Hàn đang đêm bắn nát gia đình gã. Một mình sống sót, với vết thương ở trên đầu khó có thể liền sẹo. Vật vờ sống như kẻ mộng du, mấy năm sau, gã xin vào lính thám báo Mỹ. Năm 1973, Mỹ rút quân, gã chuyển sang lính Việt Nam Cộng Hòa. Sau 1975, rất may hồ sơ quân bạ thời gian đi lính thám báo, người Mỹ đã mang về nước, gã chỉ phải đi tù cải tạo một thời gian rất ngắn. Đang vật vờ khói khát, một chủ thuyền vượt biên tìm đến bảo, cần người có kinh nghiệm tàu bè biển khơi, sông nước như gã. Nếu có hứng thú đi cùng, không phải chi trả gì cả. Vậy là, như chết đuối vớ được cọc... và gã đã đưa con thuyền lá tre ấy tới đích, rồi định cư ở Đức từ đó.

Bữa nhậu hội ngộ của hai gã rất khí thế. Nhẫn Sẹo hò hét, rượu Vodka cứ nhát một, đang khua tay múa chân, đột nhiên gục tại chỗ. Tôi và Bình Cảnh còn ngồi lai rai cho đến hết câu chuyện của hắn. Quả thực, quãng thời gian lính tráng đầu đời của Bình Cảnh như một kịch bản vậy, mà tác giả phải là người có trí tưởng tượng thật phong phú. Nếu không trực tiếp nghe hắn kể, và gặp được Nhẫn Sẹo, thì tôi khó có thể tin, đó là sự thật...

Vừa hành quân, vừa luyện tập trên đất Campuchia, đến cuối năm 1969, Bình Cảnh đến được Phước Long, bổ sung cho Sư đoàn 7 vừa bị thiệt hại nặng nề trong Tết Mậu Thân. Không được học hành, và tập luyện cơ bản, về đại đội trinh sát là vô cùng khó khăn đối với Bình Cảnh. Tuy nhiên, bước đầu hắn được các đàn anh cùng tiểu đội kèm cặp. Trước Tết Canh Tuất (1970) tổ trinh sát của hắn mò vào một đơn vị thuộc Sư đoàn 18 bộ binh, Quân đội Việt Nam Cộng Hòa, chuẩn bị cho trận đánh vào những ngày Tết. Bị phát hiện, và súng đã nổ trong đêm. Cũng tưởng rằng, tử trận cùng với bốn đồng đội, nhưng không ngờ, chỉ một mình hắn, một lính mới tò te lại sống sót, dù dính mấy viên đạn. Bình Cảnh bị bắt, và được các y sĩ sơ cứu. Sau đó, hắn được chuyển về Tổng Y Viện Cộng Hòa tại Gò Vấp.

Được điều trị, ăn uống đối xử như những người lính Việt Nam Cộng Hòa làm cho vết thương của Bình Cảnh dường như cũng mau lành. Tuy trở thành tù binh của chiến tranh, song sự mặc cảm, khoảng cách của hắn với những người lính VNCH, và xã hội dần dần được xóa bỏ. Sự sầm uất của Sài Gòn, nhất là những ngày tết, và con người nơi đây làm cho suy nghĩ dẫn đến nhận thức của Bình Cảnh hoàn toàn thay đổi. Do vậy, chiêu hồi là cánh cửa mở cũng như giải pháp tốt nhất mà hắn đã lựa chọn. Tuy nhiên, sự mâu thuẫn và nỗi lo sợ cho gia đình nơi quê nhà luôn day dứt, và đè nặng lên con người hắn. Bởi, ông bố đang làm quan to đầu ngành của tỉnh. Nếu tin hắn chiêu hồi vọng về đó, thì bố hắn và gia đình sẽ đi tong. Do vậy, chờ được tin, xác bốn đồng đội do Quân đội Việt Nam Cộng Hòa chôn cất, hắn mới thở phào nhẹ nhõm, quyết định chiêu hồi. Bởi, cuộc nổ súng không cân sức ấy, không thấy ai trở về, chắc chắn đơn vị sẽ cho rằng, cả tổ trinh sát của hắn đã tử trận. Tin này chắc chắn sẽ được chuyển về quê hương cùng gia đình. Và tấm hình của hắn sẽ ngồi trên nóc tủ ngắm gà khỏa thân, với tấm bằng Tổ quốc ghi công là cái chắc. Vậy là, về mặt lý thuyết Lê Quốc Bình đã nghẻo. Và sau sự tẩy rửa, hắn sống lại với cái tên cúng cơm mới: Trần Phước Long.

Học tập ở trại chiêu hồi mấy tháng, rồi hắn được về Hố Nai, Biên Hòa định cư, và học nghề mộc. Nơi đây, phần đông là đồng bào Công giáo di cư từ miền Bắc, nên hắn hòa đồng rất nhanh. Được mấy tháng, chợt có thằng bạn học, cũng dân Bắc di cư, rủ hắn đi khám tuyển vào lính thám báo không số quân, do Mỹ trả lương. Nghe bùi tai, và đang chán cảnh cưa xẻ, tràng đục, hắn đồng ý ngay...

Đến đây, thấy giọng kể của Bình Cảnh có vẻ hơi bị yếu và đứt quãng, tôi liền rót đầy hai ly, đẩy về phía hắn: Cạn phát cho khí thế. Hắn cầm cốc đưa lên miệng, nghĩ thế nào lại hạ xuống, chỉ vào Nhẫn Sẹo đang nghẹo đầu nghẹo cổ, gáy như sấm ở trên Sofa:

- Mấy năm làm lính thám báo, chuyến nào tôi và nó cũng đi cùng. Đầu năm 1972, cứ tưởng hai thằng đi điếu trong rừng Đak Tô rồi chứ... Số là...

Cắt ngang lời hắn, tôi hỏi:

- Này! Sau 1975 làm thế quái nào ông lại trở thành thương binh, được học đại học ngon lành cành đào như vậy?

Hắn cười phơ phớ, rồi giảng giải:

- Năm 1973, ông Mỹ rút, không như Nhẫn Sẹo chuyển sang lính Việt Nam Cộng Hòa, tôi trở lại Sài Gòn, với cuộc sống đời thường. Vì tôi cảm thấy mạo hiểm thế là đủ. Vẫn cái tên Trần Phước Long, tôi làm đủ các nghề, dạt vòm khắp nơi. Đùng một phát, biến cố 30-4-1975 xảy ra. Cũng định tìm đường ra đi, dù thế nào, tôi đã có mấy năm làm việc cho ông Mỹ. Nhưng ngay sau đó, tôi nghĩ đến gia đình, nhớ đến quê hương ngoài Bắc. Và trong lúc lộn xộn đó, dò hỏi, và biết chắc hồ sơ thám báo, người Mỹ đã đưa tất cả về nước rồi, tôi mới quyết định ở lại. Tôi cũng hy vọng ở bố tôi, có lẽ lúc này ông đã là phó hoặc chủ tịch tỉnh rồi. Bởi, ngày tôi đi lính, ông mới 40, một Trưởng ty trẻ được học hành, và có năng lực. Thế là, cái tên Lê Quốc Bình hồi sinh, quần áo nhàu nát độc bộ, lộn ngược dòng người, tôi trở về với dòng sông Đạ Huoai, với núi rừng Tây Nguyên.

- Ngày đó ông còn trẻ, nghĩ ra cái trò này, kể cũng quái thai ngâm dấm ra phết nhỉ. Và một mình sống như vậy, ông không sợ à? Chờ hắn cạn nốt chai bia, tôi hỏi vậy. Giọng hắn trầm hẳn xuống:

- Sợ gì, tôi đã được học, và rèn luyện kỹ năng sống, chiến đấu trong mọi hoàn cảnh, rồi trải qua thực tế, với những tháng ngày của người lính biệt kích. Do vậy, không riêng tôi, với thằng lính biệt kích nào cũng vậy, sống một mình giữa bản làng hoang phế là rất bình thường.

- Thế rồi sao nữa, ông tiếp tục đi.

Hắn không trả lời, nhưng hỏi lại tôi:

- Năm đầu thập niên tám mươi, ông đã từng đi qua Đạ Huoai, Bảo Lộc phải không?

- Đúng vậy.

- Thời đó, huyện lị vẫn còn hoang vu thế, thì hồi 1975 ở những buôn làng xa ông không thể tưởng tượng ra được đâu. Tuy nhiên, tôi ở đó không lâu, người dân rải rác trở về. Thấy tôi lang thang, khờ khạo, khi gặp tiếp xúc, họ nghĩ ngay, tôi là bộ đội bị thương mất trí. Do vậy, vài tuần sau, người của huyện đội tìm đến. Họ hỏi, tôi cứ ú ớ, nhe răng cười. Nhìn thấy áo quần tôi rách lòi ra những vết sẹo to vật vã, họ có vẻ hơi ái ngại. Rồi có hai người nói tiếng Bắc từ tỉnh đội đến chuyện trò. Mãi họ cũng luận ra được tên tuổi, quê quán và đơn vị cũ của tôi. Nghe họ nói, sẽ xác minh và quay lại. Và tôi không phải chờ lâu, vài tuần sau có người đàn ông lặn lội vào tìm và bảo, làm ở Ủy ban quân quản thành phố, mới ngoài Bắc vào. Rồi ông ấy đưa cho tôi bức ảnh. Liếc mắt, tôi nhận ra bố tôi đứng cùng các đồng nghiệp ở ủy ban tỉnh. Thấy tôi đuột mặt ra, người đó hỏi, có nhận ra ai không? Ngập ngừng, tôi chỉ tay vào bố tôi, giả vờ nói đứt tiếng: Bố... bố... Người đàn ông có vẻ mừng lắm bảo, vậy thì đúng rồi. Bố cháu hiện đang là Phó chủ tịch thường trực tỉnh nhà. Chú sẽ điện báo cho ông ấy ngay. Một vài tuần tới, ông ấy sẽ vào đón cháu về thôi. Bố cháu có nhờ chú chăm sóc cho cháu trong thời gian này. Bây giờ, cháu về chỗ chú nhé...

Không ngờ, tuần sau bố tôi bay vào ngay. Bố con gặp nhau, tôi vẫn phải diễn cho đến khi ông đưa tôi ngược ra Bắc về đến nhà. Khi tôi nói thật, bố tôi hơi hoảng, mắng tôi một trận. Rồi trấn tĩnh trở lại, bằng mọi quan hệ, quyền uy của mình, ông lấy lại cho tôi hồ sơ, giấy tờ từ đơn vị cũ, và khám chữa bệnh, cũng như đánh giá thương tật. Và tôi nghiễm nhiên trở thành thương binh. Năm sau, tôi vào Trường văn hóa thương binh luyện thi đại học. Và sau khi tốt nghiệp Đại học kinh tế kế hoạch, năm 1981 tôi về làm việc ở Bộ công nghiệp nhẹ, như ông đã biết.

- Giỏi, tôi phục ông. Bao năm vậy mà không bị thằng nào chọc ngoáy.

Dốc ngược ly rượu cuối cùng, tôi khen. Hắn cười:

- Giỏi chó gì! Cái chính là tôi không đảng đoàn, không ham hố tranh giành quyền lực. Chỉ khoái kiếm tiền bia rượu, vui chơi bạn bè. Vậy tôi mới có tên là Bình Cảnh...

Đoạn kết cho một kiếp người:

Năm 2012, tuổi đã ngoài lục tuần, Bình Cảnh và Nhẫn Sẹo cũng tiết kiệm được một khoản tiền. Nghe bạn bè rủ rê mang về Việt Nam chung nhau lập công ty công teo gì đó, bất chấp sự can ngăn của mọi người. Bởi, viễn cảnh vẽ ra cứ tươi roi rói, chắc nình nịch. Phen này, thành đại gia, chủ lớn ở cái tuổi cuối chầu là cái chắc. Vỗ đùi đen đét, Bình Cảnh nói với bạn bè vậy. Thôi thì cũng mừng cho hắn.

Một năm sau. Mùa hè, tôi đang nhặt hào, câu cua ở biển Holland, nhận được điện thoại của Bình Cảnh. Hỏi, ngày mai có thể đón hắn ở sân bay Tegel không? Tôi trả lời, không về kịp.

Mấy ngày sau, từ Holland về, thấy Bình Cảnh ngồi chờ tôi ở cửa. Nhìn hắn thấy xuống sắc lắm. Hỏi, Nhẫn Sẹo đâu? Hắn trả lời nhát gừng, bị tăng xông chết rồi. Sao vậy, vẫn còn khỏe mà? Chúng tôi bị lừa, và bị lột sạch cả rồi. Nhẫn Sẹo không chịu nổi áp lực. Còn tôi chuồn gấp sang đây.

Khi chuyện trò, mới biết, hắn tìm và nhờ tôi đưa ra Sở lao động xin tiền, xin nhà ở và ra Sở ngoại kiều trình báo. Bởi, hắn không đủ tiếng Đức để giải thích, và khai báo, dù đã sống mấy chục năm ở Đức. Hơn nữa, hắn vẫn mang quốc tịch Việt Nam, không được phép rời khỏi nước Đức quá 6 tháng, nên hơi bị run.

Làm xong giấy tờ, từ đấy hắn cũng ít đến chỗ tôi. Thỉnh thoảng hắn có điện thoại, được biết, hắn đã xuống vùng cực Nam của nước Đức làm thuê cho một nhà hàng, quán ăn gì đó... Và rồi, hắn ra đi khi đang lái xe đưa đồ ăn cho khách hàng. Một cái chết không vợ con gia đình, không người thân bên cạnh. Âu cũng là một kiếp người, nhưng quả thật đáng buồn...

Leipzig 24-10-2019

TRẠI CHÓ

Năm đó, cái rét dường như đến sớm. Trời mới sang thu mà lạnh đến bất ngờ. Tuy vậy, đầu tuần đường phố vẫn nhộn nhịp những bước chân. Chuẩn bị cho hàng quán xong, tôi ngồi đọc báo, và nhâm nhi ly cà phê sáng. Bất chợt, có tiếng chân người đuổi nhau, la hét, chạy vòng ra đằng sau phía Kaufhalle (chợ). Chắc chắn là mấy gã bán thuốc lá, băng nhạc lậu bị thuế vụ, hải quan đuổi bắt. Chuyện thường xảy ra ở huyện, nên tôi bình tâm ngồi uống tiếp. Lúc sau, có một người đàn ông bước vào quán, cười cười, rút thẻ Hải quan công vụ chìa trước mặt: Chúng tôi liên ngành công an, hải quan, thuế vụ vừa bắt được một người đồng hương của ông bán thuốc lá và băng đĩa lậu. Nhưng anh ta không nói được tiếng Đức. Do vậy, chúng tôi cần sự giúp đỡ của ông.

Tôi từ chối, bởi đang phải làm việc. Người hải quan năn nỉ, không mất nhiều thời gian của ông đâu, và chúng tôi sẽ trả tiền sòng phẳng cho thời gian ông trợ giúp. Tôi đành phải đứng dậy, bỏ dở cốc cà phê...

Hắn nằm nghiêng dưới đất, hai tay bị bẻ ngoặt ra phía sau, thít chặt bằng sợi dây nhựa. Loại dây chuyên dùng trong xây dựng, càng cựa quậy càng thít chặt. Bởi vậy, hai cổ tay hắn hằn lên những vệt máu đỏ thâm. Mặt trắng bệch ra, lúc này, nhìn hắn cứ như chú cầy tơ chuẩn bị mang đi cân hơi, chọc tiết, thui vàng để nấu với riềng mẻ, mắm tôm vậy. Khi tôi đến, người ta dựng hắn đứng dậy. Một khuôn mặt lạ, lần đầu tôi gặp. Có lẽ, hắn đến từ Nga, Tiệp hoặc Ba Lan... và mới hành nghề.

Dù đã cầm thẻ tị nạn trên tay, với cái tên Trương Anh Tử cùng ngày tháng năm sinh đã được ghi ở đó, song người thuế vụ vẫn hỏi lại rất kỹ, khi lập biên bản... Người thuế vụ viết xong, đưa cho tôi bảo, đọc cho hắn nghe. Viên cảnh sát đứng cạnh cắt dây trói, và hỏi hắn đồng ý thì ký vào biên bản. Tử đưa mắt về phía tôi, dường như muốn hỏi... Biết chắc chắn mấy ông hải quan thuế vụ này không mang theo máy ghi âm, tôi nói nhanh với hắn: Ông nên ký, họ sẽ thả ngay. Nhưng sau chữ ký, nên viết thật láu ở dưới: Tôi không đồng ý, thay cho tên họ Trương Anh Tử. Tuy băn khoăn, ngơ ngác, song hắn vẫn ký và viết như ý tôi. Khi Tử ký xong, viên hải quan bảo tôi, đưa tên tuổi, địa chỉ để người thuế vụ viết vào biên bản, sau này làm hóa đơn trả tiền cho thời gian phiên dịch. Tôi trả lời, không cần ghi. Bởi, tôi không phải là phiên dịch, và không nhận khoản tiền đó. Rồi tôi bỏ đi ngay.

Lúc sau, tôi đang làm việc, Tử đến với dáng hình bơ phờ, đầy lo âu. Bởi, vụ này đưa ra tòa sẽ ảnh hưởng trực tiếp đến chiếc đơn xin tị nạn chính trị của hắn. Tôi an ủi, ông đã phủ nhận bán hàng trốn thuế, và số thuốc lá, băng đĩa đó cũng không phải của mình, bằng thủ thuật bất ngờ khi nãy. Ngay lúc đó, không một hải quan, thuế vụ nào nghĩ đến chiêu trò này, bởi họ hoàn toàn không đọc được tiếng Việt. Với hàng chữ, tôi không đồng ý ấy, dù bằng tiếng Việt trong biên bản, song nó là cơ sở để cho luật sư bác bỏ lời buộc tội của hải quan, thuế vụ, nếu phải ra tòa. Hơn nữa, người xử lý tiếp vụ việc, không phải là người bắt ông, mà là những người khác, làm việc ở văn phòng. Do vậy, sự việc sẽ nhẹ đi rất nhiều. Tôi tin hải quan, thuế vụ sẽ đóng hồ sơ lại, không thể truy tố ông ra tòa.

Nghe tôi an ủi và giải thích, hắn vâng dạ, cảm ơn rối rít, song khuôn mặt vẫn còn hằn sâu nét căng thẳng, lo âu.

Quả thực, chỉ vài tháng sau, qua điện thoại, thư tín, luật sư xã hội của Trương Anh Tử đã giải thích, và bác bỏ, hải quan không thể truy tố hắn ra tòa. Họ buộc phải đóng hồ sơ lại. Hắn mừng lắm, đến thông báo cho tôi ngay. Kể từ đó, có vẻ tin tưởng vào những trò lưu manh vặt của tôi, nên có việc quái gì hắn cũng đến hỏi. Lúc đó, tôi mới biết hắn nguyên là học sinh Violon của Nhạc viện Hà Nội và Nga Xô, mới chuồn sang Đức, cùng gốc gác Nam Định.

Thời gian sau bán thuốc lá lậu rất khó khăn, bởi sự kiểm tra liên ngành ráo riết hơn. Trương Anh Tử và bạn bè phải liên kết thành một nhóm. Người bán, kẻ canh chừng hải quan, thuế vụ. Thuốc lá bán trong ngày phải mang giấu ở những bụi cây, cống rãnh từ đêm hôm trước. Tuy nhiên, số thuốc lá này, sáng sớm hay bị chó đi đái, ỉa bậy sục thấy. Và chủ chó lấy mất hết. Có điều lạ, lần nào cũng vậy, nếu Tử mang giấu, thì không bao giờ mất. Không những thế, dần dần mọi người còn khám phá ra một điều thú vị, từ chó bé đến chó lớn, chó cảnh hay becgie chiến đấu cứ nhìn thấy, hoặc ngửi hơi người Tử là sợ hãi, trốn chạy. Dù Tử chẳng làm gì cả, mà có khi hắn còn rất yêu chó là đằng khác. Chẳng vậy, có lần hắn bảo, sau này có điều kiện chắc chắn sẽ xây một trại chó. Điều kỳ lạ này, gần đây, được Tâm sáo, cũng là học sinh Nhạc viện Hà Nội, bạn cùng thời bán thuốc lá, và biết rất rõ về gia đình Trương Anh Tử, nhân một lần nhắc lại chuyện cũ, hắn mới kể:

Gia đình họ Trương sống lâu đời ở cửa sông vùng biển Nam Định. Nơi tụ tập thuyền bè, và các tay anh chị giang hồ. Do vậy, nhu cầu ăn nhậu, cờ bạc diễn ra và kéo dài quanh năm. Không biết, cái nghề giết, mổ chó nó vận vào họ Trương từ khi nào. Song đến đời cụ nội, và ông nội của Tử người ta cứ quen gọi liền tên tục với nghề: Bảy chó, Tám chó. Cụ Tám chó có khí vía rất đặc biệt. Chó dữ, dù có đang lên cơn điên, Tám chó chỉ cần hắng giọng một phát, y rằng ngoan ngoãn đứng khự lại, tự động chui cổ vào cái thòng lọng trên tay của cụ. Người ta bảo, Tám chó là chúa của các loại chó, không biết đúng sai thế nào. Nhưng có một điều u uất, đàn bà, con gái gia đình họ Trương này phải gánh nặng cái nghiệp sát sinh. Từ lúc sinh ra, họ đã mang hình thù, tính khí rất cổ quái, nên đều trở thành những bà cô trong họ. Nỗi u buồn đó dường như đi qua nhiều đời. Cũng may, đến đời Chín chó, cha của Tử, đã phá ngang. Ông tự đổi tên thành Trương Ngọc Lĩnh, rồi đi theo Phường bát âm. Và chính cái nghề này đã đưa Trương Ngọc Lĩnh về Hà Nội, đến với trung ương. Bằng không, Tử sẽ mang cái tên nối nghiệp: Mười chó là cái chắc. Tuy nhiên, dù có chuyển chỗ, đổi nghề, thì cái khí vía của gia đình họ Trương vẫn còn nặng lắm...

Ấy vậy, sang đến Đức rồi, không ngờ, khí vía gia truyền đó lại giúp được Trương Anh Tử trong hoàn cảnh bi đát này. Hắn được cử làm nhiệm vụ giấu thuốc đêm, canh chừng ban ngày. Bảo đảm, bố thằng chó, con chó nào dám bén bảng đến. Công việc này nhẹ nhàng, đỡ nguy hiểm hơn trực tiếp đứng bán.

Từ đó, có chút tiền, đâm ra ngứa ngáy, Tử cùng mấy ông bạn thuốc lá, lập ra ban nhạc Freude. Tuy nhiên, ban nhạc của hắn chỉ tập, chơi với nhau cho đỡ nhớ nghề thôi. Chứ người Đức không ai nghe cái thứ nhạc sên sến của hắn. Còn người Việt, đang tranh tối, tranh sáng mải húc kiếm tiền, còn thời gian nào dành cho cái thứ được cho vô bổ, không có cũng chẳng chết ấy.

Đúng lúc rỗng túi, Tử và bạn bè lần lượt nhận được giấy bác đơn tị nạn. Lệnh trục xuất bắt đầu có hiệu lực. Thằng nào thằng đấy lo thọt dái lên cổ. Con đường duy nhất phải có được một đứa con với người Đức. Hoặc phải kết hôn cho nhanh, dù em người Đức này có nghiện ngập, cùi đui, mẻ sứt... hoặc gì gì đi chăng nữa. Kiểu gì cũng chơi tuốt, Tử dặn mình như vậy. Nhưng cái khó cho hắn là ngôn ngữ, và rỗng túi. Thế rồi, giời cũng không tiệt đường sống của hắn. Qua đi, qua lại, người nọ giới thiệu người kia, hắn kiếm được một em cũng cho là tạm được. Cái gì phải diễn tả bằng tay, bằng chân để hiểu nhau, chứ cái khoản ấy thì Á, Âu, trắng vàng chẳng cần đến thứ ngôn ngữ nào cũng hiểu nhau ngay. Cày thật lực, thế là một mầm sống ra đời, hắn thở phào nhẹ nhõm.

Tuy tạm thời được ở lại Đức, nhưng con đường phía trước của Tử rất mịt mù. Thời gian sau, Mỹ bỏ cấm vận, đầu tư ồ ạt đổ vào Việt Nam. Song chính trị vẫn độc diễn, dẫn đến mọi giá trị xã hội bị đảo lộn tùng phèo. Sự nhộn nhạo ấy chính là cửa mở cho những những kẻ cơ hội, và có tham vọng.

Nhận ra điều đó, Tử quyết định trở về tắm lại ao nhà. Trong cái dở, lại đẻ ra cái may cho Tử. Trước tòa, hắn được quyền nuôi con và đưa về Việt Nam, bởi người đàn bà Đức lật khật, không có khả năng nuôi dưỡng.

Với cái chân rết của ông bố và sự giúp đỡ, bảo trợ của "phường bát âm", một thời gian ngắn Tử đã có vị trí khá vững chắc trong giới âm nhạc mì ăn liền. Cùng đó, Tử được bố giới thiệu, làm quen với gia đình họ Đậu. Họ Đậu cùng đồng hương Nam Định. Cũng như họ Trương, họ Đậu đã trải qua nhiều đời làm nghề chọc tiết lợn nơi bến sông. Rồi cùng giải nghệ, chuồn về Hà Nội đấu thầu xây dựng, song đàn ông trong gia đình họ Đậu này thường vắn số. Họ Đậu có cô con gái thứ tên Lĩnh Mi mới bước chân vào nghiệp hát. Cô này có chất giọng, nhưng có lẽ, do di truyền, hay ám ảnh từ cái nghề sát sinh, nên hay mắc phải âm lỗi rất ngớ ngẩn trước công chúng. Nhiều khán giả của cô kể, trên sân khấu có lúc nhìn Lĩnh Mi rất đẹp, và đôi khi khuôn mặt biến dạng một cách kỳ quái, trông giống như học trò của thày Đường Tăng, trên đường thỉnh kinh vậy. Điều này, thật khó lý giải. Có lẽ, luật nhân quả, hay do ảo ảnh của tâm lý chăng?

Trương Anh Tử không chỉ kết hợp với Lĩnh Mi về mặt tình cảm, mà những chương trình ca nhạc mì ăn liền làm chung cũng rất nổi đình đám. Tiền bạc cứ vô đều đều. Làm cho dáng đi, giọng nói của vợ chồng Trương Anh Tử kỳ này mạnh bạo và dõng dạc lắm. Mới đầu nghe Tâm sáo từ Việt Nam sang kể, tôi cũng chưa tin cho lắm. Nhưng khi Tử gọi điện, qua trường độ nặng nhẹ hơi thở của giọng nói, tôi mới tin hắn đang lúc phát lộc thật.

Mấy năm gần đây, nghe nói vợ chồng Trương Anh Tử, Đậu Lĩnh Mi kiếm được mảnh rừng cách không xa trung tâm thành phố. Mua hay chiếm, hoặc phá rừng ở một xã hội khi tiền, và quyền thay cho luật pháp, thì không có gì đáng phải ngạc nhiên cả. Nhưng điều vợ chồng Trương Anh Tử, Đậu Lĩnh Mi bộc phát căn bệnh gia truyền cùng một lúc làm tôi giật mình. Ngay sau đó, tôi liên lạc, nói chuyện với Tử qua FB thì quả thật, cái tính trưởng giả của vợ chồng hắn đã đến mức vô cảm. Đây quả thực là căn bệnh khó có thể chữa, nếu không đưa vào trại. Và để kết thúc cuộc đàm thoại tẻ nhạt ấy, tôi hỏi Tử cho lấy lệ, ước mơ xây dựng trại chó của ông đã đến đâu rồi. Hắn vồn vã đáp, em đã và đang tiếp tục xây anh ạ... Đặt máy xuống, tôi cứ vẩn vơ nghĩ: Không biết, hắn đã nuôi cái thứ gì ở trong cái trại ấy.

Leipzig ngày 17-10-2018

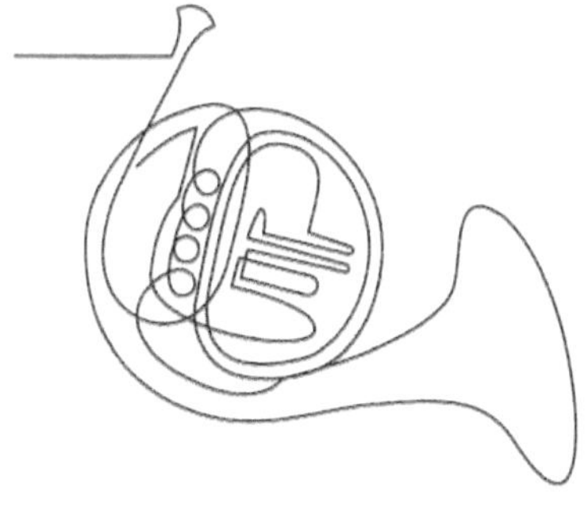

MÙA TRĂNG

VẪN LÀ HẮN

Vào dịp Tết 2015, trước ngày tôi buộc phải rời khỏi Việt Nam, trở về Đức, nhà thơ Đỗ Hoàng điện bảo: Anh vào ăn tết với thằng con cả ở Huế, rượu chè bí tỉ, ngã gãy chân, đang bị treo ngược trên giường, không thể về Hà Nội như đã hẹn. Đỗ Trường cố gắng đến chỗ Đào Tiến (nhà thơ dầu khí) lấy một số sách của anh ở đó, mang về Đức đọc cho vui.

Tôi khoái cái tính ngang ngang, và vốn sống, cũng như kiến thức Hán Văn thâm hậu của Đỗ Hoàng. Nên nghe anh tặng sách, tôi vọt đến chỗ Đào Tiến ngay. Tôi không còn nhớ địa chỉ của Đào Tiến, nhưng công ty của hắn ở tòa nhà cao tầng rất sang trọng. Nghe nói, hắn là Phó, hay Tổng giám đốc một công ty, thuộc dầu khí, dầu khiếc gì đó. Dù đang giờ làm việc, và gặp nhau lần đầu, nhưng hắn ngả bàn đèn ngay, rồi lôi tuốt tuồn tuột bia rượu, đồ nhậu có sẵn ở trong tủ lạnh ra. Thấy tôi còn ngần ngừ, hắn ấn vai xuống, rồi cười cười, mấy khi ông về, và gặp được nhau. Bia rượu vào, chuyện văn thơ, rồi chuyện trên trời dưới bể nổ như ngô rang...

Người đến lúc tưng tửng, nhưng tôi vẫn chợt nhận ra, trời đã về chiều. Giật mình đứng dậy, tạm biệt Đào Tiến, nhưng chuông điện thoại rung bần bật ở trong túi quần. Mở máy, tiếng Hải, ông em cùng thời cày thuê cuốc mướn của mấy chục năm về trước ở thành phố Leipzig, nghe cứ lanh lảnh bên tai:

- Bọn em đang khật khừ ở Tăng Bạt Hổ. Anh ở đâu, em cho xe đến đón.

Mấy lần lỡ hẹn, và người đang quay quay, tôi ấp úng chưa biết trả lời Hải như thế nào, thì hắn đã nói như ra lệnh:

- Em đang ngồi cùng Chef. Và anh ấy cũng rất muốn gặp anh. Hôm nay, anh không thể không đến đâu nhé.

Biết không thể từ chối, nên tôi đưa điện thoại, nhờ Đào Tiến nói cho hắn rõ cái địa chỉ...

Phố đã lên đèn. Dường như, cái hương vị ngày tết vẫn còn rơi rớt đâu đây. Đèn hoa sặc sỡ vắt qua lòng đường xe đỗ ngược xuôi, thụt thò từ vườn hoa Pasteur kéo đến tận cửa nhà hàng. Với ánh mắt thâm nâu hằn sâu trên khuôn mặt những cô gái lượn lờ đón chào khách, tưởng như lạc vào khu phố đèn đỏ nào đấy. Vừa xuống xe, Hải từ đâu đó chạy ra vỗ vai, bá cổ lôi thốc tôi lên tầng trên.

Căn phòng hẹp, và bia rượu đồ nhậu đầy ăm ắp, nhưng dường như ly, cốc vẫn còn úp khô trên bàn. Hải chỉ vào người đàn ông đang lim dim ngồi tựa lưng vào tường, giới thiệu: Đây là anh Quốc, Phó cục trưởng... Nhưng Hải chưa nói hết câu, người đàn ông giật mình bật dậy hỏi cắt ngang: Tắc đường hay sao mà Đỗ Trường đến muộn vậy? Tôi chưa kịp trả lời, hắn đã liến thoắng: "Nâu năm" rồi, chúng ta mới có dịp gặp lại nhau. Tôi sững người. Hải cũng ngạc nhiên hỏi: Hai anh đã quen nhau từ lâu? Vậy mà em cứ tưởng anh Quốc chỉ đọc Đỗ Trường trên báo chí và trên FB. Quốc không trả lời, nháy mắt bảo Hải: "Chú cứ đi nàm cho xong việc, rồi quay nại." Hải nắm tay tôi: Anh đừng ngại, chuyện trò với anh Quốc một lúc, em sẽ trở lại ngay.

Hải đi rồi, tôi mới nhìn người đàn ông trước mặt kỹ hơn. Giọng nói ngọng ngọng quen quen của hắn mang dấu ấn từ miền quê nào đó vọng về, nhưng tôi vẫn chưa thể nhận ra. Thấy tôi đuột mặt nghĩ, hắn cười. Con mắt của hắn nheo nheo, làm vết sẹo đã tẩy sửa mờ mờ chạy dọc mang tai chùng xuống nổi cục đỏ giựt giựt nhìn rõ hơn. Như vô thức, bất chợt, tôi bật ra: Kiên, Vũ Ngọc Kiên.

- Kiên! Đúng Vũ Ngọc Kiên, trí nhớ của Đỗ Trường vẫn còn tốt lắm. Hai lần gặp lại, tuy hoàn cảnh có khác nhau, nhưng ông đều phải bất ngờ, và thốt ra như vậy.

Nói xong, Kiên mở rượu, kéo ghế mời. Tôi quay người bước đi. Kiên đặt vội ly rượu xuống, chạy theo vướng vào chiếc khăn trải bàn, kéo bát đĩa, đồ ăn đồ loảng xoảng xuống nền nhà. Kiên nắm chặt tay tôi: Dù mình đã biến thành cái gì, và là ai đi chăng nữa, ông cứ ở lại một chút. Lẽ nào, không thể uống với nhau một ly cho cái thuở học trò xưa của chúng ta.

Tôi nhìn mắt Kiên. Đôi mắt ấy dường như co lại, không long sòng sọc, vằn lên những vệt máu như lần chạm mặt của trên hai mươi năm về trước...

Thành phố Köthen nép mình trong màn băng tuyết của đêm cuối đông. Đường phố vắng teo. Đâu đó những cơn gió xoáy như quất tuyết vào mặt người. Khi chúng tôi đến, người khách cuối cũng đã ra khỏi quán. Ngọc chốt cửa trước, bảo chúng tôi đi cửa sau lên căn hộ tầng trên, nơi ở của vợ chồng hắn. Sinh nhật thằng con đầu, hắn chỉ mời mấy người bạn gần gũi đến nhấc lên đặt xuống cho khí thế. Chúc tụng, ăn uống đang vui vẻ, chợt có tiếng chuông dưới cổng. Tưởng ai đó đến muộn, hoặc có khách bất chợt, Sáng vợ Ngọc ngồi ngoài cùng đứng dậy nhấn nút, và chờ mở cửa nhà. Bước chân đã lên tới nơi, cửa vừa hé mở, bốn kẻ lạ mặt rút súng ập vào đẩy Sáng ngã sấp mặt xuống nền nhà. Và chúng cắt đứt ngay dây điện thoại đặt ở hành lang. Một phút bất ngờ, hoảng hốt, rồi ai cũng nhận ra, cướp đã đến nhà. Một tên có vết sẹo chạy dọc mang tai đỏ hỏn, có lẽ mới bị chém, khuôn mặt nhìn rất quen. Chắc chắn tôi đã từng nói chuyện và tiếp xúc, nhất là khi hắn cất tiếng nói: Chúng tôi mới từ Việt Nam sang, muốn xin một ít tiền để trang trải cuộc sống thôi.

Rồi chúng kê súng vào đầu, trói tất tần tật chân tay mấy thằng đàn ông, để mỗi người ngồi một góc. Trong lúc chúng lột ví, túi xách của từng người, và dồn trẻ con, phụ nữ vào nhà vệ sinh, không hiểu sao Ngọc mở được dây trói, liều mở cửa sổ nhảy xuống sân sau nhà. Tầng nhà cao, nên Ngọc bị gãy chân, bất tỉnh nằm bẹp đó. Chúng kéo Sáng ra tra hỏi nơi cất giấu tiền bạc. Sáng run rẩy, ngồi khóc, nói không thành tiếng. Có lẽ, Sáng lo cho Ngọc nhiều hơn sợ. Theo lời của Sáng, chúng chỉ tìm được hơn một ngàn DM. Thật ra, những người sống hợp pháp ở Đức bán quán ăn, hay buôn bán lẻ, tiền mặt lưu giữ hàng ngày trong nhà hơn một ngàn DM đã là nhiều. Nhưng bọn cướp mới sang khát tiền nên rất manh động và tàn bạo. Do vậy, thằng mặt sẹo hai mắt long sòng sọc, quỳ xuống hất mặt Sáng lên, dí thẳng súng vào trán. Và hắn đang nói dở câu: Thằng chồng mày chưa biết sống chết nằm ngoài kia, tiền còn giấu đâu, bằng không tao bắn... Đột nhiên, nhìn nghiêng từ nơi góc nhà, hình ảnh người học trò can tội ăn cắp xe đạp bị cảnh sát bắt, quỳ xuống xin thầy giáo cứu giúp của mấy chục năm trước vụt hiện về, làm tôi phải thốt ra: Kiên, ông là Vũ Ngọc Kiên phải không? Hắn giật mình, bỏ súng xuống, quay ngoắt sang tôi:

- Ông là ai?

- Trường, Đỗ Trường 8D đây.

Có lẽ, một chút gì đó của tuổi thơ còn sống lại, nên Kiên bước đến chỗ tôi. Hắn nhìn tôi với ánh mắt dường như đã chuyển màu...

Vũ Ngọc Kiên và tôi tuy cùng tuổi, nhưng hắn học trên tôi một lớp. Tôi và hắn quen nhau bởi hay la cà ngồi hàng nước của bà Bân trước cổng trường. Tính hắn ít nói, xởi lởi. Buổi sáng thứ bảy, khối (lớp) 8 phải tham gia đào ao phía sau trường. Tôi trốn lao động, chuồn về phía dãy nhà khối 9 để ra cổng. Đi qua lớp Kiên, thấy thấp thoáng bóng công an, tôi dừng lại. Ngó vào, giật mình thấy Kiên cúi mặt đứng trên bục giảng, hai tay bị còng sắt. Trước tất cả các bạn học cùng lớp, một viên công an đọc lệnh bắt Kiên vì can tội ăn cắp xe đạp. Trước khi dẫn giải ra xe, Kiên khóc, quỳ xuống chân thầy Cầu phó hiệu trưởng nói: Thày ơi cứu em với.

Không biết Kiên bị tù bao năm, cuộc sống sau đó ra sao, nhưng hình ảnh, và tiếng kêu ấy của hắn cứ ám ảnh tôi mãi cho đến những năm tháng sau này.

Nhận ra nhau, Kiên cởi trói và hỏi tôi: Nghe nói đã thành ông thầy dạy học rồi, sao lại ở đây? Để chúng ta gặp nhau trong hoàn cảnh này.

Tôi không trả lời hắn, nhưng bảo: Các ông nên thả hết người ra, để chúng tôi gọi xe cứu Ngọc.

Kiên cùng đồng bọn bàn bạc một lúc rồi trả lại tiền bạc, và thả tất cả mọi người với một điều kiện không được trình báo cảnh sát...

Và kể từ cuối mùa đông năm ấy (1994) hình ảnh cậu bạn học đáng thương, đáng giận Vũ Ngọc Kiên hoàn toàn chết trong tôi. Nhưng rồi thời gian, hay tạo hóa trớ trêu lại một lần nữa để chúng tôi gặp lại nhau. Trên hai mươi năm sau, hắn từ kẻ cướp đã trở thành Phó cục trưởng của một bộ quan trọng. Phải giáp mặt, kể cũng khó chịu, bực mình, nhưng tôi rất ngạc nhiên, và cái tính tò mò của kẻ viết văn, buộc tôi theo hắn quay vào bàn nhậu.

Cả hai ngồi yên lặng, có lẽ tôi cũng như Kiên chưa biết bắt đầu câu chuyện từ đâu. Ngoài kia gió đã nổi lên, mưa lất phất bay xiên qua ngọn đèn trước mặt. Hình như có một cơn giông trái mùa sắp tới. Kiên đứng dậy đóng cửa sổ, miệng lẩm bẩm, giông bão nào rồi cũng phải qua thôi... Tôi là người đọc Đỗ Trường thường xuyên đấy nhé. Nhưng không hiểu ông viết văn từ khi nào ấy nhỉ?

- Nhu cầu viết từ ngày tôi sống xa quê, xa Tổ Quốc. Mà này, không sợ tôi kiện vạch trần tên tuổi thân thế của ông sao?

Kiên cười:

- Nếu sợ tôi đã không tìm gặp ông. Bởi, biết chắc chắn cái tính của ông không bao giờ làm chuyện đó với bạn bè. Hơn nữa, bao năm qua, có rất nhiều người đã kiện tôi như ông nói. Nhưng tôi vẫn ngon lành ngồi trước mặt ông đây. Đơn kiện tôi lòng vòng khắp nơi rồi chui tọt vào trong cặp của tôi cả đống...

- Tôi không thể tin nổi, đất nước có một người thân phận, tên tuổi bất minh như vậy làm đến Phó cục trưởng như ông?

- Ông hiểu thế chó nào được, cái nơi ông đã bỏ nó ra đi đến hơn ba chục năm. Mà ông thấy có riêng gì tôi, các lãnh tụ tiền bối, cụ nào chẳng có dăm, bảy cái tên khác nhau. Lãnh đạo cao cấp hiện nay cũng vậy thôi, không đổi tên thì chữa ngày tháng năm sinh, không bán mua bằng cấp thì học đôn, học giả... Có ông quái nào còn thực sự là mình nữa đâu. Cái chính là phải đủ tiềm lực, vỡ chỗ nào vá, bịt ngay lập tức. Mà tiềm lực ở đâu? Ngoài kích giá, chiếm đoạt buôn bán đất đai, hoặc những chiếc ô và đồng tiền lũng loạn từ nước ngoài. Và tôi biết, ông rất ghê tởm cái quá khứ trộm, cướp của tôi. Nhưng ông không biết được rằng, tôi chỉ là con tép riu so với những kẻ vừa cướp vừa phá một cách hợp pháp bây giờ. Đơn từ, thưa kiện tôi khác gì kiện cả cái hệ thống chính thể này. Cho nên, tôi vẫn vững như bàn thạch là vậy...

Nghe hắn giải thích, phân tích một thôi một hồi, chỉ nhằm bao biện cho bản tính vô sỉ cá nhân, nhưng nó lột tả cái sự thật trắng trợn, lưu manh của giai cấp thống trị. Tuy nhiên, tôi vẫn cắt ngang lời hắn:

- Ông mời tôi đến, và giữ lại chỉ nói chuyện này sao?

Hắn đẩy ly rượu về phía tôi, và bảo:

- Không hẳn vậy. Đỗ Trường hãy uống hết ly này, coi như lời tạ lỗi muộn của tôi về vụ cướp, bắt trói các ông từ mấy chục năm trước. Tôi thường đọc nên hiểu khá rõ về ông. Mấy chục năm nay, lúc buồn hoặc cao hứng tôi cũng làm thơ. Gần đây, Nhà xuất bản Hội nhà văn có in tập thơ: Lửa Đêm của tôi. Bạn bè, đồng nghiệp, đệ tử, kể cả những nhà văn, nhà phê bình chuyên nghiệp đều khen, báo chí thì ngợi ca. Riêng thằng con gàn gàn của tôi bảo: Thơ của bố nên vứt vào sọt rác. Người ta khen, bởi bố có quyền, có tiền mà thôi. Ông bảo, thế có bực mình không cơ chứ! Do vậy, nghe tin ông về nước, tôi bắt Hải, thằng đệ ruột của tôi mời ông bằng được. Tập thơ đây, tôi gửi tặng ông. Rảnh ông đọc và cho vài nhận xét thật công bằng, để tôi rõ thực hư. Chứ mãi thế này ấm ức không chịu được.

Cầm tập thơ từ tay Kiên, miệng tôi lẩm bẩm: Tâm hồn lưu manh, trộm cướp như thằng này mà cũng làm thơ, quả thật xã hội loạn cả rồi... Hắn hỏi giật lại: Ông vừa nói gì? Không, tôi có nói gì đâu. Chỉ muốn biết, với cái quá khứ như vậy, làm thế quái nào mà ông leo lên được cái chức vụ phải nói, không hề nhỏ, rồi còn đẻ ra cả thơ phú nữa?

Kiên trầm ngâm, rồi kể với nét mặt đanh rắn, răng như siết vào nhau: Mười sáu tuổi tôi bước chân vào nhà tù, cải tạo. Nói là cải tạo, học tập, nhưng càng cải tạo, thì tâm hồn tôi càng lưu manh chai lì hơn. Những gì đốn mạt nhất ngoài xã hội không hoặc chưa có, thì trong tù đều có cả. Sự đốn mạt, lưu manh ấy, buộc người tù phải tiếp nhận, làm quen để tự bảo vệ, nếu muốn tiếp tục tồn tại. Đúng như ngày còn đi học sách vở dạy: Nhà tù là một trường học lớn. Mấy năm tôi luyện như vậy, tôi được ra tù. Trở về tiếp tục đến trường học ư? Hoàn toàn không thể được, bởi thằng tù mãi mãi mang danh tội phạm mà thôi, dù đã có lời hứa của thầy Cầu phó hiệu trưởng: "Ra tù, em sẽ tiếp tục học và là một học sinh bình thường thôi." Và mọi cánh cửa đã khép lại, cờ bạc, trộm cướp đâm chém từ Bắc vào Nam là con đường duy nhất mà tôi phải đi. Khi cánh cửa mở ra con đường thông suốt từ Nga- Đông Âu đến mảnh đất Tây Âu màu mỡ, thì tôi đã đến CHLB Đức. Chính cái giấy ra trại bao năm trước của nhà tù Ba Sao đã giúp tôi được chấp nhận tị nạn, nhưng cái thói lưu manh, bảo kê, trộm cướp không thể từ bỏ. Rồi bị cảnh sát Đức truy đuổi, tôi chuồn sang Tiệp. Đúng lúc Việt- Mỹ bình thường hóa, hàng rào cấm vận dỡ bỏ. Đầu tư ào ạt đổ vào Việt Nam, tôi ôm tiền trở về Việt Nam nằm im quan sát. Và nhiều người đầu tư đã trắng tay bởi không có ô dù quyền lực. Từ đó, tôi nhận ra, trộm cướp cũng không thể giàu nhanh bằng quyền lực. Vậy là từ đó, tôi đầu tư vào quyền lực. Tuy nhiên như ông đã thấy, nhiều người từ Đức trở về đầu tư vào quyền lực, nhưng không phải ai cũng thành công đâu nhé, ngoài: Dương Chí Dũng, Trịnh Xuân Thanh, Nông Đức Tuấn... đã có sự bọc lót, bảo kê từ gia đình. Còn tôi khó khăn hơn họ gấp ngàn lần. Và tôi đã thành công...

Gió vẫn như quét trên mặt đường. Cờ quạt, băng rôn rách tả tơi bay phần phật theo bước chân người liêu xiêu vội vã. Hải đội mưa trở về cắt ngang câu chuyện giữa tôi và Kiên. Thấy tôi cầm tập thơ trên tay, Hải nói: Anh cố gắng đọc và viết cho Chef em một bài cho ra tấm ra miếng. Anh ấy tìm và chờ anh lâu lắm rồi đấy. Vỗ vai Hải, tôi bảo, chắc chắn anh sẽ đọc, nhưng viết hay không nhiều khi không thuộc về lý trí, mà phụ thuộc vào con tim mình nữa em ạ.

MÙA TRĂNG

Và cũng đến lúc giã từ, tôi hỏi hắn: Bây giờ tôi nên gọi ông là Kiên, hay là Quốc ấy nhỉ? Hắn cười bảo: Với ông gọi tên tôi thế chó nào cũng vậy thôi!

Leipzig ngày 28-6-2018

DỊ TẬT

Đã gần chín giờ, vậy mà trời vẫn còn mù sương. Cái rét kéo dài từ lễ Giáng sinh vắt qua tháng ba, vẫn như những mũi kim chích vào da thịt người. Lác đác vẫn còn những chiếc xe hàng đến muộn bật cả đèn gầm, lẫn pha vén màn sương lầm lũi vào sân. Chợ trời tuần họp một buổi bắt đầu nhộn nhịp, làm cái thị trấn miền núi này chợt tỉnh giấc. Tôi dựng ô, và bày hàng xong, vừa hơ hai bàn tay lạnh cứng vào cái lò sưởi Gas, chợt có tiếng chân người rượt đuổi nhau vòng sau lưng. Tôi ngơ ngác đứng dậy, thì nghe tiếng chửi:

- Đ.m, cái thằng tinh trùng dị tật.

Một câu chửi tục tĩu, ác khẩu, nhưng lắng lại một giây thấy hài hài lạ lạ, làm tôi bật cười. Dường như đó là tiếng chửi của Hoa kều vợ Tăng lùn, tôi vội chạy đến. Thấy Hoa kều cầm cái tay ô dài bằng sắt dí thẳng vào bụng Tăng lùn, làm cho thân hình lẻo khoẻo của gã dính đét vào chân cầu. Tăng lùn mặt xanh như đít nhái, nhưng cổ vẫn gân lên như cãi cọ, hay thanh minh điều gì đó. Thấy vậy, tôi kéo Hoa kều ra, và bảo:

- Có gì về nhà vợ chồng bảo nhau. Ầm ĩ ở đây ngượng chết đi được. Tây nó gọi cảnh sát, giấy tờ lởm khởm thì rách việc lắm.

Hoa kều chợt tỉnh, vứt toẹt cái tay ô xuống đất, rồi úp mặt vào chân cầu khóc. Tăng lùn vội cúi xuống nhặt chiếc tay ô, và lủi nhanh về gian hàng của mình. Lúc sau, Hoa kều quay lại chỗ tôi, hai mắt đỏ hoe, tuy ngập ngừng, giảm nhiệt, nhưng có lẽ vẫn chưa nuốt trôi được cục ấm ức:

- Bác xem, có một thằng con bị (bệnh) bại não, em đã khổ lắm rồi. Gần đây, lão ấy còn mồi chài, xí xớn với một con tị nạn từ Nga sang, lại đẻ ra một thằng tự kỷ, bất bình thường nữa, em đã nhắm mắt bỏ qua. Lần này, lão ấy lấy hết tiền tiết kiệm, tiền hàng của em nướng vào cờ bạc, vào Automat. Bác bảo, làm sao em có thể tiếp tục sống...

Một ca thật khó chia sẻ và đồng cảm, nhất là nơi nhộn nhạo chợ búa này, tôi đành an ủi:

- Sự việc đã xảy ra rồi, bây giờ có ầm ĩ cũng không giải quyết được gì. Em cứ về bán hàng, chiều tối nay anh sẽ chuyện trò với Tăng.

Hoa kều quả quyết:

- Hết thuốc chữa rồi. Bác khỏi cần chuyện trò với lão ấy, mất thời gian. Em sẽ cho lão ấy đi luôn...

Tăng lùn nguyên là bộ đội đảng viên, xuất ngũ được sung vào đội quân cày thuê quốc mướn ở Limbach-Oberfrohna. Tôi quen biết Tăng lùn vào thập niên tám mươi của thế kỷ trước. Khi hắn thường xuyên đến chỗ tôi xin tiết canh, cổ hũ. Trông cũ cũ người như vậy, không hiểu bằng cách nào, Tăng lùn bắn đổ em Hoa to cao, xinh đẹp ra phết ở một đội thuộc khu vực Dresden. Nhìn cái dáng loắt choắt của hắn đứng cạnh Hoa kều chẳng khác gì đôi đũa lệch.

Sau khi bức tường Berlin sụp đổ, nước Đức thống nhất, vợ chồng hắn nhận tiền đền bù, cùng dắt nhau về nước. Với cái khoản ngoại tệ, cùng hàng hóa mang về vào thời điểm ấy, tầm tuổi vợ chông Tăng lùn được xếp vào hạng có chút máu mặt. Vừa nộp giấy sinh hoạt cho đảng ủy phường, đồng chí bí thư hồ hởi, bá vai vít cổ rỉ tai:

- Đồng chí còn trẻ, từng là quân nhân, và đã có những năm tháng công tác, học tập ở nước ngoài có kinh nghiệm, năng lực. Đồng chí nên hợp thức hóa bằng cấp sẽ là cán bộ nguồn đấy.

Chân ướt chân ráo, còn đang lớ ngớ, nghe đồng chí bí thư rỉ tai, Tăng lùn thật thà:

- Báo cáo bác, ở Đức suốt ngày em cắm đầu vào may vá, chạy chợ kiếm tiền, học hành quái gì đâu mà có bằng cấp...

Chưa nói hết câu, đồng chí bí thư đã bịt mồm hắn, kéo thốc ra hàng bia hơi của phường:

- Bậy... bậy nào, chưa có thì về đây phải học, phải tìm kiếm bổ sung cho đầy đủ chớ.

Nốc cạn vại bia đồng chí bí thư vừa đẩy sang, Tăng lùn gãi đầu, gãi tai:

- Báo cáo bác, thế thì khó lắm ạ.

Đồng chí bí thư nhổm đít, chõ về phía hắn, vê vê hai ngón tay:

- Của nội hay của ngoại, bằng cấp, chứng chỉ có tuốt, nếu đủ cơ số đạn dược.

Thấy hắn ý chí yếu xìu, lưỡng lự, đồng chí bí thư ngoắc tay một em bồi xinh tươi đang ngúng nguẩy ở bàn bên mang thêm bia và mồi nhậu. Rượu vào lời ra, đúng là tình đồng chí, lòng tin được nâng lên một cách rõ rệt. Đến chiều tối, lời đồng chí bí thư làm Tăng lùn tâm đắc, và thấy có lý lắm. Nó cứ như kim chỉ nam cho hành động vậy.

Thế là, chỉ trong vòng có mấy tháng hắn đã có (đầy đủ) bằng cấp đại học, và chứng chỉ tốt nghiệp trung cấp lý luận chính trị. Sau khi, được đồng chí bí thư đưa về làm địa chính phường, rồi được đôn lên quận, thì vợ chồng hắn (trần như nhộng) chỉ còn chiếc xe gắn máy cà tàng. Hoa kều vợ hắn lúc đầu còn hăng tiết vịt, nhưng đột nhiên thấy trắng tay, phía trước mù mịt, đâm phát hoảng. Nửa đêm gần sáng Hoa kều cứ giật mình thon thót. Dẫn đến lời nói, bóng gió ra vào làm cho Tăng lùn sốt hết cả ruột. Tuy nhiên, hắn trấn an ngay: Cờ bạc ăn nhau về sáng, làm quái gì mà cứ nhặng cả lên...

Rồi lần đầu đi thẩm tra xác định nguồn gốc đất cho một công ty trên địa bàn quận, nhận được phong bì lại quả dày cộm, toàn ngoại tệ mạnh, mắt Tăng lùn sáng rực lên, mang về chia nhau. Nhiều lúc khoái chí, không kìm được sự sung sướng, hắn vỗ đùi đen đét, rồi lại tủm tỉm: Có thế chứ, từ nay có thể yên tâm hồi vốn rồi.

Tiền bạc cứ vô đều đều, chưa đến một năm, vợ chồng Tăng lùn đã tính đến chuyện mua nhà, mua đất để làm vốn. Đang ngon lành, sáng trưa chiều tối rượu bia ngất ngưởng đi về, thì đánh độp một phát bộ phận địa chính của hắn bị thanh tra đến móc họng. Giấy tờ, biên bản thẩm định, đo đạc đất đai nhà cửa sai lệch đều do hắn trực tiếp làm. Các đồng chí lãnh đạo nuốt nhiều nhất, song đều ngoảnh mặt quay lưng cả. Vậy là, hắn phải làm vật tế thần. Để đổi lấy sự bình yên, bao phong bì, tiền bạc tích cóp bấy nay, vợ chồng hắn đều phải nôn thốc nôn tháo ra cả, rồi trở về với cái máng lợn của mình. Tuy tránh được sự giam giữ, tù đày, song trong lòng vợ chồng hắn luôn gằn lên những cơn sóng.

Đang bế tắc và buồn chán, có mấy gã bạn cùng cảnh cày thuê cuốc mướn ở Đức trước đây tìm đến, vỗ vai:

- Có đường dây vượt biên sang Đức, có đi cùng không?

Đúng là chết đuối vớ được cọc, một sự giải thoát duy nhất, do vậy dù đèo thêm thằng con bị bại não, vợ chồng Tăng lùn cũng quyết định ra đi. Vay mượn khắp nơi, rồi vợ chồng hắn cũng đủ tiền nộp cho bọn dẫn đường, đội lốt công ty du lịch. Chuyến đi gian khổ, dài ngày, rồi gia đình hắn cũng đến đích. Sang Đức lần này, vợ chồng hắn thuận lợi hơn người khác, bởi còn nhiều bạn bè cũ làm chỗ dựa. Vào trại tị nạn một thời gian ngắn, vợ chồng hắn được mấy người bạn cho mượn giấy phép (Reisegewerbekarte) và vốn liếng, hành nghề bán hàng rong ở các chợ trời. Vật vã mấy năm trời, rồi vợ chồng hắn cũng trả hết nợ nần, mua sắm xe pháo, và đã có của ăn của để...

Tạm ổn định và có chút tiền, Tăng lùn đâm rửng mỡ, đi vào con đường gái gú, cờ bạc. Dẫn đến vợ chồng ly dị. Tiền hết, tình tan, hắn dạt về Dresden theo cô, theo cậu, lập am thờ tự. Từ đây, hắn quy tụ được khá nhiều con nhang đệ tử phần đông là các bà sồn sồn, lại cái. Cứ tưởng Tăng lùn đã tĩnh tâm nhang đèn, nhưng không, cái khoản đảng đoàn thì thụp họp hành, hắn không thể từ bỏ. Năm 1996, nghe nói, Tăng lùn can tội lừa đảo, hay chỉ điểm gì đó, bị băng bảo kê thuốc lá lậu lôi ra sông Elbe, định cho đi mò tôm, nhưng hắn còn tốt số lắm, chỉ bị đập gãy chân. Thoát chết, hắn buộc phải bỏ hết con nhang, đệ tử chuồn sang Tiệp...

Kể từ đó, mấy chục năm tôi không gặp lại Tăng lùn. Và hình ảnh hắn dường như cũng còn rất mờ nhạt trong ký ức tôi, với những đêm trằn trọc ở cái tuổi bên kia của con dốc. Cho đến hè mấy năm trước, tôi chở nhà thơ Trần Mạnh Hảo sang Tiệp và vào chợ Sapa ở Praha. Đang ngồi bia hơi với nhà văn Trần Ngọc Tuấn ở Hồ Sen Quán, thấy có gã nhỏ thó, nom quen quen, ăn mặc sặc sỡ chẳng khác đám ca sĩ nửa mùa, đi ngang. Không thể nhớ ra, nên tôi chỉ tay hỏi Trần Ngọc Tuấn:

- Bác có biết cha kia không?

Trần Ngọc Tuấn cười cười:

- Tăng lùn. Hình như gã này, hay tổ chức các hội hè, hoa hậu, cưới xin, ca nhạc gì đó... Biết, nhưng không quen, không thân. Cố nhân hả?

Ký ức chợt thức dậy, (vâng) đúng Tăng lùn, nên tôi bảo Trần Ngọc Tuấn:

- Cũng có nhiều kỷ niệm với gã này, từ cái ngày cùng cày thuê cuốc mướn, và bán hàng rong ở Đức của mấy chục năm về trước.

Nói xong, tôi đứng dậy gọi với, làm Tăng lùn đứng khựng lại. Dụi mắt, dụi mũi mấy lần, rồi Tăng lùn cũng nhận ra tôi. Ngạc nhiên, vui vẻ ôm nhau có vẻ thắm thiết lắm. Định kéo hắn vào cùng khật khừ cho vui, nhưng hắn bảo, có chút việc nhanh thôi, xong sẽ quay lại ngay, và đưa về nhà chơi cho biết. Cứ ngỡ, Tăng lùn nói xã giao, không ngờ lúc sau hắn quay lại thật. Hắn mời bằng được tôi về nhà. Không thể từ chối, nên tôi dặn bác Trần Mạnh Hảo cứ thơ phú thoải với các độc giả, fan hâm mộ, sẽ quay về ngay.

Nhà Tăng lùn cách chợ Sapa có vài con phố. Căn nhà nhỏ, nhưng sạch sẽ, trên tường treo đầy tranh ảnh to tổ bố hắn ôm vai, bá cổ toàn những: Nguyễn Ngọc Ngạn, Kỳ Duyên, Chí Tài, hay Thanh Hoa, Tùng Dương, Phú Quang... Thấy tôi đưa mắt nhìn quanh, hiểu ý, hắn bảo: Có hai bà, nhưng ở chỗ khác, một mình cho tự do, thoải mái ông ạ. Tôi cười, ông có số đào hoa nhỉ? Không trả lời tôi, nhưng mắt hắn chùng xuống, như che giấu một cái gì đó. Chuyện trò mới biết nỗi gian truân của hắn từ ngày buộc phải rời khỏi Đức, đến nay cũng đã tàm tạm, kiếm ăn được, nhưng thị phi cũng còn không ít. Đang hào hứng, thì có bà sồn sồn, mặt mũi sắc cạnh như vừa qua công đoạn đẽo gọt, mông tút, với đôi chân cố khép lại, nhưng vẫn chưa xóa hết dáng hình cánh cung bước vào, cắt ngang câu chuyện của hắn. Tôi vội đứng dậy từ biệt. Hắn tiễn tôi ra xe. Tôi hỏi: Bà xã đấy à? Hắn cười: Thí sinh đăng ký thi hoa hậu đấy. Tôi hơi bị giật mình: Chỉ được cái bốc phét. Hắn bảo: Đùa với ông làm đếch gì. Thấy mặt tôi đần đần, ngẫn ngẫn, hắn liền ghé tai: Tiền nhiều, tự nhiên sẽ đẹp lên thôi. Hình dáng, chân dung của hoa hậu quý bà kỳ này đấy...

Tôi quay lại chợ Sapa, gặp ngay Tiền Phương cựu du học sinh, người Bắc Ninh. Hắn hỏi, anh biến đâu, em tìm từ nãy đến giờ. Em mua mấy cân ngan nướng, tý nữa anh mang về cho bác Nam Võ, và Bình Thu nhé. Tôi bảo, vừa đến nhà Tăng lùn. Tiền Phương thở dài:

- Cái gã Tăng lùn ở Đức đã có 2 vợ, sang đây thêm hai bà nữa. Có mấy đứa con ở đây mặt mũi sáng sủa, sạch sẽ. Ấy vậy, chẳng hiểu sao đứa nào cũng bại não, ngẩn ngờ cả. Vậy mà, gã vẫn mê sảng, thì thụp đảng phái họp hành. Nhìn kể cũng ái ngại, nên có lần em rỉ tai gã: Ông nên tỉnh táo lại, vứt bố cái vòng kim cô ấy đi, may ra con cái mới khá lên được, chứ cái món nòng nọc này, nó di truyền độc hại lắm đấy. Vậy mà gã đã không nghe, còn nổi khùng, cầm cốc bia ném suýt trúng mặt em...

Mấy tháng nay, tôi nghe nói, Tăng lùn bị bệnh gì quái đản lắm. Nó tựa như cái bệnh giang mai ở quê nhà, nhưng không phải vậy. Các bác sĩ Tiệp, Hung, Đức khám, điều trị mãi mà chẳng khỏi. Chân của hắn kỳ này vạt ra như hai mái chèo, Có kẻ thối mồm, thối miệng còn gọi đểu: Kiểu đi chàng hảng. Hai bà vợ của hắn đều đổi tính, thay nết, không còn chèo kéo hắn như trước nữa. Ăn ngủ ở đâu cũng mặc xác hắn. Nghĩ cũng tội...

Tôi cũng định kết thúc câu chuyện ở đây, nhưng có ông hàng xóm sang chơi, ghé mắt đọc, rồi cười cười, lấp lửng hỏi: Chuyện này thấy quen quen hình như đã nghe ở đâu đó rồi thì phải? Tôi bảo: Ông nhầm nhọt thế nào ấy chứ. Ở Đức, ở Tiệp làm chó gì có ai là Tăng lùn, với những kiểu bán mua giải thưởng ca sĩ, hoa hậu, á hậu vớ vỉn như vậy. Truyện tôi bốc phét, viết ra đọc cho vui thôi...

Leipzig ngày 7-1-2021

HAI GÃ SUI GIA

(Chuyện cuối tuần)

Có lẽ, ở Đức khổ nhất phải đi đám cưới, khi hai gia đình thông gia là kẻ bắc, người nam. Khổ hơn nữa, hai ông bố của cô dâu, chú rể trước đây, người là lính Nam (VNCH), người lính Bắc (bộ đội). Sự buộc phải thông gia, bởi con trẻ này (còn gọi cưỡng sui) đôi khi khóc, cười ra nước mắt. Hôm rồi, tôi được mời dự lễ trưởng thành (Jugendweihe) cháu của hai ông bạn già như vậy ở gần Frankfurt am Main...

Hai ông bạn này, tuy là thông gia, nhưng rất khắc khẩu nhau. Vinh (Cuội) nguyên là bộ đội đánh đấm mãi ở chiến trường Tây Nguyên. Sau tháng 4-1975 giải ngũ, vật vờ, với cái đói triền miên, buộc gã phải bán mảnh đất ông bố vừa chia cho, chạy chọt, hối lộ mãi mới được sang Đức, trở thành bạn cày thuê cuốc mướn cùng tôi. Còn Hai Cảnh lính miền Nam vào trại cải tạo dăm năm, chẳng biết có gột rửa được thân xác, hồn vía gì hay không? Mãn tù, gã chuồn thẳng ra biển, được tàu Cap Anamur của Đức vớt, rồi định cư ở Rheinland-Pfalz. Tôi quen với Hai Cảnh ở trại tị nạn Ingelheim, khi bức tường Berlin sụp đổ. Trời xui đất khiến thế nào đó, (khoảng đầu những năm 2000) con của Vinh Cuội và Hai Cảnh quen, rồi yêu nhau, khi cùng học ở Universität Mannheim. Nghe nói, buổi đầu gặp gỡ hai gia đình, rượu vào lời ra của hai ông bố, sau đó bát đĩa bay vèo vèo. Tưởng chừng, hai ông bố không bao giờ gặp nhau nữa, nhưng đám con trẻ đã ăn cơm trước kẻng, gạo nấu nhão thành cơm. Do vậy, buộc hai gã phải ngồi lại, giải quyết một mầm sống sắp ra đời, bằng một đám cưới cũng ra trò, dù trong lòng rất ấm ức. Tuy vậy, hai gã này, khoái văn chương và máu đọc sách. Nhưng cái sự yêu ghét, say mê của hai gã vô cùng cực đoan. Trong giỗ chạp, hội hè buộc hai gã ngồi cùng mâm, thế quái nào hai bà vợ cũng phải kè kè bên cạnh để giảm nhiệt, và canh chừng bát đĩa...

Lễ trưởng thành cháu nội kết thúc, Hai Cảnh (gã lính miền Nam) kéo tất về tụ ở nhà hàng của gia đình. Tôi đang đảo mắt tìm bàn ngồi cho hợp cạ, khật khừ cho khí thế, bất ngờ bị chộp cổ áo kéo giật ra phía sau:

- Thằng cu Đỗ Trường... lên đây, lên đây!

Nghe đúng giọng Tú (Gái), tôi thụp xuống, làm gã tuột tay, ngã ngửa ra phía sau. Một tay vướng cầm cái Micro to vật vã, lồm cồm một lúc Tú Gái mới đứng dậy được:

- Thằng quỷ lâu lắm rồi mới gặp. Anh mày đang chuẩn bị cho chương trình thơ và nhạc đêm nay. Được thì cho mấy lời bình nhé!

Đỡ cái Micro để cho gã xốc lại quần áo, tôi bảo:

- Anh em mình lâu chưa nhấc lên cùng nhau thôi, nhưng vẫn thấy bác đọc, trình diễn ra rả tổng hợp các loại thơ trên FB và Youtube mà.

Tú Gái cười tươi, chỉ lên sân khấu khoe dàn âm thanh mới nhất vừa mua, mang đến góp vui với gia chủ.

Tú Gái đong đưa, ỏn ẻn, lúc nào nhìn cũng cứ như gái hồi xuân, lại thì vậy. Ấy thế, không hiểu sao gã trở thành bộ đội lái xe tăng thời chiến tranh, rồi sang Đức làm thuê cuốc mướn ở thành phố tôi. Cũng trải qua dăm mối tình cả trai lẫn gái, đến nay ở cái tuổi (gần) thất tuần gã vẫn còn giai tơ. Mọi người cứ đùa như vậy. Không rõ, Tú Gái khoái thơ và đọc thơ từ khi nào? Nhưng mấy năm gần đây, gã ăn cũng thơ, ngủ cũng thơ. Bùa mê thuốc lú gì, mà cái món này làm cho gã cứ như bị ma ám, với mức độ tăng dần đều. Ban đầu tháng một lần, rồi đẩy lên hằng tuần, cho đến nay, ngày nào gã cũng đọc thơ, ngâm thơ, trình diễn thơ, ghi hình, gửi khắp nơi cho bạn bè FB, hoặc ngoài đời. Mấy ông, mấy bà sồn sồn hưu trí, nội trợ bếp núc được gã trình diễn thơ của mình khoái lắm. Các mỹ từ vây quanh, làm gã hơi bị bất ngờ, choáng. Vậy là, thành nghệ sĩ rồi còn gì nữa. Gã vội tút lại khuôn mặt, quần áo chim cò nhún nhảy, nhưng khổ cái, dáng đi hơi bị chàng hảng không giấu được, nhìn phát biết ngay nghệ sĩ tỉnh lẻ, cấp phường xã. Từ ngày về hưu Tú Gái càng rách việc. Cưới xin, ăn hỏi, hội hè, ma chay nào gã cũng nhảy phóc lên đọc thơ. Giọng lúc nào cũng run rẩy, méo như sắp khóc của gã đọc nơi đám ma thì ngon lành, chứ nơi cưới xin vui nhộn quả thực tai hại. Bởi, gã không phân biệt, cảm nhận được thơ hay, dở dẫn đến lẫn lộn cảm xúc thật, giả. Gã cứ ngỡ giả run rẩy đánh lừa cảm xúc.

Do vậy, hôm cưới con ông bạn cùng đội lao động cũ, gã đang đọc thơ trên sân khấu, bị bọn trẻ bế xuống, và dọa, sẽ đưa thẳng vào trại cai thơ. Thấy gã giãy giụa, kể cũng ái ngại, chủ nhà vội can, và bảo:

- Chúng mày bỏ bác ấy ra. Không đọc thơ nhạt miệng, bác ấy chịu thế chó nào được. Cái món này còn khó cai hơn cả thuốc phiện ấy chứ... lại.

Đang chuyện trò với Tú Gái, chị Lan (vợ Hai Cảnh) chạy đến kéo tay tôi:

- Hai lão đang diễn võ dương oai, em sang ngay, không bát đĩa bay khắp nhà bây giờ!

Tôi vội đến, thấy Hai Cảnh, Vinh Cuội đang ngồi xổm trên ghế. Mặt hai gã đỏ phừng phừng, yết hầu cứ như hai con chuột chạy lên chạy xuống. Đ. má. Hai Cảnh văng tục rồi đập tay cái rầm xuống bàn:

- Bảo Ninh viết xong Nỗi buồn chiến tranh thì tịt ngòi. Mấy chục năm nay có rặn được ra tác phẩm nào nữa đâu...

Vinh Cuội tức khí, nhảy chồm chồm, chì chiết:

- Sau Dấu Binh Lửa... Dựa Lưng Nỗi Chết... vậy thì, thử hỏi từ 1975 đến nay, Phan Nhật Nam của ông có viết được tác phẩm nào cho ra tấm ra miếng không? Nhất là gần đây Phan Nhật Nam ấn nhận xét của Phạm Tín An Ninh vào mồm của Đỗ Trường, lầm lẫn một cách rất ngây ngô, khi viết bài: Về vũng lầy Văn học miền Nam sau 1975. Ông này lẫn, lẫn thật rồi...

Biết hai gã này, đang bới móc, xỉa xói rất cực đoan về những nhà văn yêu mến của nhau, nên tôi ấn cả hai ngồi xuống ghế:

- Nhà văn cũng là con người, có lúc hay lúc dở, không phải lúc nào cũng viết được. Bảo Ninh tuổi đã thất thập, còn Phan Nhật Nam đã bước vào cái tuổi bát tuần nhầm lẫn, quên nhớ, nhớ quên là chuyện rất bình thường. Các bác không biết rằng, mỗi một con người trong đời chỉ có dăm, bảy năm thông minh, ngon lành, còn lại thì cứ đì đẹt. Chẳng thế, mà ông Mỹ chỉ cho phép làm tổng thống đến 8 năm là kịch đường tàu đó sao! Như vậy, Bảo Ninh, Phan Nhật Nam của các bác vụt sáng lên rồi chợt tắt cũng là điều đương nhiên. Thôi hai bác cạn phát để hạ nhiệt. Cực đoan dễ xa nhau lắm...

Hai Cảnh, Vinh Cuội nghiến răng, chõ thẳng vào tôi với ánh mắt ngầu đục, đồng thanh:

- Ông ba phải bỏ mẹ đi được!

Rình cho hai gã liu riu gật gù, tôi chuồn thẳng.

Leipzig ngày 15-7-2022

CUỘC GẶP BẤT NGỜ

Trung tuần tháng sáu, cái nắng đã kéo nhiệt độ ngoài trời lên đến gần ba mươi độ. Praha như được dát vàng một màu, dưới bầu trời cao xanh thăm thẳm. Họa sỹ Quốc Việt mới từ Việt Nam sang nhìn hàn thử biểu giữa Quảng trường Con ngựa, cười tươi, hỏi bâng quơ: Kỳ lạ, ba mươi độ đi bộ giữa trời, mà gió cứ mát rười rượi ấy nhỉ? Đứng cạnh, nhưng tôi không trả lời, để anh tự cảm nhận. Rồi đưa anh một vòng quanh trung tâm thành phố. Trời đã về chiều, ánh nắng vẫn còn hắt ngược lên từ phía bên kia của con sông Vltava. Mới có mấy ngày, vậy mà dường như họa sĩ Quốc Việt đã nhớ đến quê nhà. Do vậy, sau khi tự xoa gối, bóp chân, anh bảo: Mình kiếm chỗ nào có không khí Việt, nhấc lên đặt xuống tí ti cho khí thế. Vậy thì, chỉ có vào chợ Sapa thôi. Tôi trả lời anh như vậy. Quốc Việt đứng thẳng dậy, dù chân còn chút khập khiễng, vẫn: Nào ta đi.

Tôi không khoái lắm cái món ồn ào nơi đông người, nên rất ít khi vào khu chợ người Việt. Quốc

Việt cũng không phải là người của rượu bia, có lẽ muốn vào cho đỡ nhớ quê, món ăn quê và để biết vậy thôi. Chả trách, mấy năm trước đây ông bạn bác sĩ Viên Văn Đoan, Trưởng khoa khám bệnh, Bệnh viện Bạch Mai, và vợ chồng Nguyễn Lân Việt, Hiệu trưởng Đại học y khoa Hà Nội sang München dự hội nghị tim mạch thế giới. Có mấy ngày thôi, vậy mà bố nào bố nấy Vali đầy mì tôm, cùng đồ ăn mắm muối tỏi hành. Như thế gói cả hương hồn Việt mang theo vậy. Cũng may, cạnh khách sạn có cái quán cơm phở mở từ sáng cho đến đêm của vợ chồng Dũng Yến, cũng bạn tôi. Vậy là, các bác sĩ, hội nghị viên không phải dùng đến cái khoản mì tôm. Hôm tôi sang, các bố chất cả mì tôm vào cốp xe của tôi, bảo: Ngon, quý lắm đấy, mang về ăn dần nhé... Khổ cái thân tôi mang về cũng dở, vứt đi thì tiếc. Bởi, cái món này, tôi cứ động vào là bị lão Tào rượt đuổi. Do vậy, cái tâm trạng của họa sĩ Quốc Việt có thể hiểu, và cảm thông. Bởi, cũng giống như mấy gã bác sĩ đi dự hội nghị, hay tâm lý ngày đầu đến Đức của tôi, từ trên ba chục năm trước vậy. Nên tôi chiều anh.

Chợ Sapa chiều tối, quán, nhà hàng, người ngồi ăn nhậu khá đông. Không khí y hệt nơi quê nhà làm Quốc Việt hứng khởi. Giữa trời Âu mà có không gian này, thật là tuyệt vời, Quốc Việt cứ lẩm bẩm, lẩm bẩm. Tôi ghé tai, sống lâu ở nơi đây, bác sẽ chán ngấy cái không khí này thôi. Quốc Việt im lặng. Anh không uống được nhiều. Tôi phải lái xe, nên chỉ giật cầm chừng vài vại nhỏ, rồi chuyển sang bia không độ cồn. Chán phè, tôi giục Quốc Việt cạn nhanh, rồi đi tìm mua mấy cái quần shorts để thay, bởi quần dài, áo hộp bí bức quá rồi.

Tôi đang lúi húi ướm thử quần, bởi dường như nhãn mác, số cỡ dán đều đểu cả, chợt gã bán hàng gọi như reo lên: Anh Trường... Trường Độ. (Độ tên mẹ tôi).

Giữa trời tây, có kẻ réo đúng tên cúng cơm làm tôi giật cả mình, ngẩng đầu lên. Nhìn hắn một lúc, tôi cũng thốt lên: Tiến... Tiến Vân (Vân tên mẹ Tiến). Hắn ôm chặt lấy tôi, vậy là ba mươi mấy năm rồi, anh em mình vẫn còn nhận ra nhau. Tiến bằng tuổi em gái út tôi. Khi tôi sang Đức, hắn và em tôi đang học cùng Trường cấp ba Lê Quý Đôn ở Xã Đàn. Nhà tôi số 124 Đê La Thành (Ô Chợ Dừa) bên kia mặt đê là nhà Tiến...

Nhớ trước hôm sang Đức mấy tháng, tôi vừa chở một mớ đầu máy khâu từ Hải Phòng về, nghe tiếng bà Vân quát mắng Tiến ầm ĩ... Xóm Trại Tóc, với Trại Nhãn đồng nát, ve chai này, đánh chửi, đâm chém nhau là chuyện thường. Nếu có can ngăn, thì can ngăn cả ngày. Nhưng Tiến lớn lên và cùng học với em tôi, nên tôi lò dò sang. Thấy tôi, bà Vân ngừng chửi. Tiến nằm úp mặt vào tường. Tôi mấy lần lay hỏi, hắn vẫn không trả lời. Tiếng bà Vân rít lên trong kẽ chân răng:

- Cháu xem, nó có chịu học hành gì đâu, đến trường toàn tụ tập đánh nhau. Nhà trường gọi cô đến, thông báo sẽ đuổi học đấy.

- Sẽ đuổi, tức là chưa có quyết định đuổi phải không ạ?

- Vậy là người ta đuổi rồi chứ còn gì nữa hả cháu.

- Thôi cô cứ bình tĩnh, đừng mắng chửi nó nữa. Để cháu vào trường hỏi xem thế nào đã.

Tôi quen cô Hạnh từ gã bạn Viên Văn Đoan, bác sĩ ở Bệnh viện Bạch Mai. Cô Hạnh ở Láng, dạy văn ở Trường trung học Lê Quý Đôn. Năm ấy, cô cũng gần đến tuổi về hưu. Từ cô, tôi cũng quen nhiều thầy cô ở trường Lê Quý Đôn. Bởi, với đồng lương chết đói, ngày đó, ai cũng phải tìm thêm việc làm. Nghề may gia công thích hợp với mọi gia đình, nhất là các thầy cô giáo. Do vậy, các thầy cô hay nhờ tôi mua bán, sửa chữa máy khâu khi cần. Hơn nữa, các thầy cô ở trường quý và thân thiết với tôi, bởi cái gã buôn lậu máy khâu như tôi, động đến văn học sử, cái chó gì cũng biết. Khi hứng lên, chuyện trò, hoặc tranh luận, đôi lúc các thầy cô bị hạt bí, cười kết thúc bằng câu: Thằng ranh ma.

Khi tôi đến, cô Hạnh đang lững thững dắt xe ra cổng. Nhìn thấy tôi, cô cười, sao hôm nay rảnh rỗi thế này? Tôi hỏi cô về sự việc của Tiến. Cô trả lời, không chủ nhiệm lớp Tiến, nên không biết cụ thể thế nào. Tuy nhiên, cô dẫn tôi vào phòng giáo vụ. Cũng may, mấy thầy cô ở đó, đều dính vào may hàng gia công, liên quan đến máy khâu, chỗ tôi quen cả, nên vui vẻ cho biết: Vụ việc không nghiêm trọng, nhưng xảy ra nhiều lần, từ mâu thuẫn của các khu, nhóm học sinh. Nhà trường nhiều lần nhắc nhở, cảnh cáo, song không hề chuyển biến. Tôi nhắc lại hoàn cảnh khó khăn của gia đình Tiến, mong các thầy cô giúp em được tiếp tục học hành. Nghe bùi tai, các thầy cô hứa sẽ giúp... Lúc tôi ra về, các thầy bảo, Tiến và gia đình nên làm bản cam đoan, không để sự việc tiếp diễn, để nhà trường có cơ sở xử lý, kỷ luật. Và nhắc Tiến cứ đi học bình thường.

Tôi về, nói lại với Tiến và bà Vân. Bà mừng lắm: Thế cháu viết giúp cho cô và em bản cam kết nhé!

Tôi chuồn sang Đức được mấy năm, mẹ tôi chuyển về ở đường Tàu Bay. Hơn ba chục lưu lạc trời Âu, tôi chỉ về nước khi mẹ mất, và lúc sang cát. Và lần gần đây nhất, năm 2015 về Hà Nội được hơn một tuần, tôi bị xích cổ, buộc phải rời khỏi Việt Nam. Do vậy, tôi không có thời gian trở về cái xóm đồng nát, ve chai, dù ngôi nhà của chúng tôi chưa hề đổi chủ. Cái xóm, nghe tên, tưởng chừng ai cũng phải kinh sợ ấy, gắn liền với một phần tuổi thơ, và sự trưởng thành của tôi thực sự rất ấm tình người. Trải qua bao biến động, với những mở đường, quy hoạch bát nháo, vô tội vạ, song rất may mắn xóm tôi, người xóm tôi vẫn còn đó...

Tiếng hỏi của khách mua hàng cắt ngang dòng hồi tưởng của Tiến và tôi. Chọn được chiếc quần vừa khít cho họa sĩ Quốc Việt, tôi bảo Tiến: Cứ việc chăm sóc khách hàng. Anh phải đưa Quốc Việt về khách sạn, rồi sẽ quay lại ngay. Bởi, sáng mai anh Quốc Việt đi Vien sớm. Tiến cười khà khà, kiểu gì em cũng chờ anh.

Khi tôi quay lại, thành phố đã lên đèn. Các quầy hàng hầu như đã đóng cửa. Chỉ các quán ăn vẫn còn khí thế, tưng bừng. Tiến đứng chờ tôi ở ngay cửa kho. Vừa xuống xe, hắn đã kéo tôi vào một nhà hàng ngay trước mặt, khá đông khách và ồn ào. Tôi bảo, tuổi này ăn uống cũng phải nhìn trước ngó sau rồi, tốt nhất em kiếm chỗ nào yên tĩnh một chút, anh em mình còn chuyện trò được. Tiến vòng ra sau, đưa tôi vào Hồ Sen Quán. Ngoài balkon khá đông khách, nhưng bên trong Hồ Sen Quán còn một khu có khoảng không khá tĩnh lặng. Ngồi vào bàn, chợt làm tôi nhớ đến mấy năm trước. Cũng nơi này, rượu bia đã tưng tửng, nhà thơ Trần Mạnh Hảo (Sài Gòn) và nhà văn Trần Ngọc Tuấn (Praha) đọc thơ cứ như lên đồng vậy. Các thính giả sồn sồn nhập tâm, khoái cười cứ phe phé. Còn các cháu ú ớ tiếng Việt thụt ra, thụt vào ở cửa sau, cứ ngỡ hai bác đang lên cơn động kinh. Tôi ngồi nghe, quả thực, phục trí nhớ của hai ông nhà thơ, nhà văn này.

Vừa ngồi, chưa kịp gọi đồ nhậu, Tiến đã ực liền tù tì mấy ly rượu mạnh kèm bia. Nhìn kiểu uống, tôi biết tửu lượng hắn vào dạng cao thủ. Tôi bảo, chơi kiểu này, chút nữa làm sao về. Hắn cười: Không được, thì Taxi thôi. Mấy khi anh em mình có dịp như thế này.

Rượu vào lời ra, nhắc lại với nhau những kỷ niệm về gia đình, xóm giềng, làm cho tôi, một kẻ đường trở về nhà, về quê cứ còn xa vời vợi, càng thêm buồn, đành phải cắt ngang câu chuyện:

- Này Tiến, em có gian hàng ở chợ Sapa này từ khi nào vậy?

Tiến cười:

- Trước đây là của em. Nhưng từ ngày lấy bà vợ hai, và chuyển về Decisn vùng biên Séc - Đức, em cho vợ chồng cháu gái đầu anh ạ.

- Đường tơ của thằng em giăng cũng dày ra phết đấy nhỉ! Thế thì bà vợ cả đâu? - Tôi cười đùa, ngạc nhiên và hỏi.

- Bị bệnh mất lâu rồi. Hạ (tên vợ em) mất được mấy năm, em mới lấy vợ khác. Tuần này, vợ chồng cháu đi nghỉ hè, em về trông hàng giúp nó thôi.

- Em có mấy cháu với Hạ?

Tiến ngập ngừng, hai mắt chớp chớp, nhìn ra khoảng trống trước mặt:

- Thật ra, cháu gái đầu không phải con ruột của em. Với Hạ, em chỉ có một cháu trai, hiện đang học năm cuối Đại học kỹ thuật Praha.

- Nghĩa là trước em, Hạ đã có một đời chồng?

Không trả lời tôi ngay, mặt hắn chùng xuống, cục yết hầu căng lên, lăn đi lăn lại. Hắn lắc lắc cái đầu cho xuôi cục nước, dường như đang chẹn ngang họng:

- Không phải! Chúng em quen, yêu nhau từ thuở trung học. Hạ là em họ bên vợ của Nguyễn Đức Thịnh cảnh sát khu vực, thuộc tổ khối nhà mình. Sau vụ ôm thằng giựt lựu đạn liều chết trong xóm, Thịnh được phong anh hùng, lên Trưởng công an phường Ô Chợ Dừa. Mấy năm sau, không rõ dính vào vụ gì, Thịnh bị tước quân tịch đuổi về địa phương. Chắc anh còn nhớ?

- Nguyễn Đức Thịnh thì nhớ. Còn sự việc Hạ thế nào, em có thể nói rõ hơn chăng?

- Quá khứ và nỗi đau đã chôn vùi từ mấy chục năm trước. Nếu anh muốn biết, thì sự việc phải khơi lại từ đầu...

Quá nửa đêm, máy bay đáp xuống phi trường Moscow. Nhóm người vượt biên dưới danh nghĩa tham dự Hội chợ nông nghiệp đang ngáo ngơ nơi cửa ra, chiếc xe thùng từ đâu trờ tới. Một gã trung niên dáng vẻ trí thức, cử chỉ nhã nhặn mở cửa xe, mời mọi người lên. Xe quay đầu, lao nhanh về phía ngoại ô. Tháng 4, trời chớm bước sang hạ. Cỏ cây cựa mình thức dậy, trải một màu xanh ngút tầm mắt người. Con đường cứ thấy dài hun hút. Gục đầu vào vai Tiến, bất chợt nghĩ đến căn nhà bố mẹ thế chấp, đặt cược cho chuyến đi làm Hạ rùng mình.

Xe dừng lại trước cửa căn nhà cuối cùng của ngôi làng nhỏ. Nơi đây khá đẹp và yên tĩnh. Có lẽ, nghe tiếng xe, người đàn bà tập tễnh ra mở cửa. Căn nhà cũ, nhưng khá sạch sẽ. Trước khi vào nhà, gã đàn ông thu tất cả hộ chiếu và bảo:

- Công đoạn và trách nhiệm đưa người sang đến Nga của chúng tôi đã xong. Còn đến Ukraine và Ba Lan thuộc đường dây khác. Tất nhiên, chúng tôi sẽ lo ăn uống, nhà cửa đến khi nào có xe đến đón mọi người.

Đêm đầu, chẳng ai ngủ được, quây quần cả bên chị cụt chân. Trò chuyện mới biết chị tên Dung quê ở Thanh Hóa. Đất đai, ruộng vườn nhà chị bị thu hồi để làm nhà máy xi măng, hay phân bón gì đó. Tiền đền bù rẻ như bèo, việc làm không có, chị đành tạm biệt chồng con tìm đường xuất ngoại. Chị ngập ngừng kể trong nước nước mắt. Chị sang Nga vào mùa đông. Một mùa đông có thể rét nhất châu Âu từ mấy chục năm qua. Con đường vượt qua rừng tuyết, suối tuyết, rồi đến những cánh đồng tuyết từ Ukraine sang biên giới Ba Lan kéo dài đến mấy tuần. Lạnh đến nỗi chân chị không còn cảm giác. Vậy mà, vào đến biên giới Ba Lan, bị lính biên phòng phát hiện, truy đuổi. Chị và một số người bị bắt. Khi đưa chị đi khám, bác sĩ mới phát hiện một bàn chân của chị đã bị đóng đá gây hoại tử. Họ buộc phải lập tức cắt bỏ. Ở bệnh viện nghỉ ngơi, an dưỡng, tập đi một thời gian, chị bị trục xuất trở lại Ukraine, rồi về đến Nga. Con đường chết chị đã tìm đến, nhưng không hiểu sao chị vẫn sống. Đang lúc nửa sống, nửa chết như vậy, chị gặp được một người cùng làng, cựu du học sinh. Gã tận tình giúp, và gửi chị cho đường dây quen biết này. Công việc của chị nấu nướng, giặt giũ, vệ sinh dọn dẹp và tập luyện phục chờ đến hè nắng ấm. Tiệp, Đức vẫn là nơi đến của chị...

Mấy chục con người được lùa vào chiếc xe thùng kín mít. Ngày cũng như đêm xe chạy không ngừng nghỉ. Khi đến được vùng biên Ukraine, to khỏe như Tiến mà mặt cũng xanh như đít nhái, cắt không ra giọt máu. Những phụ nữ trên xe dường như chỉ còn thoi thóp thở. Sức khỏe có thể hồi phục sau vài ngày nghỉ ngơi. Nhưng điều kinh sợ hơn đối với những thân phận khốn khổ đang trốn chạy trước sự đểu cáng, tàn nhẫn của kẻ dẫn đường có cùng chung một giống nòi và quê hương. Đã được chị Dung cụt, và những người đi trước cảnh báo sự nguy hiểm của chặng đường này. Do vậy, cũng như những người đồng hành, Tiến và Hạ luôn trong tâm trạng phập phồng, lo sợ.

Tháng 5, màn đêm buông xuống dường như chậm hơn. Giữa rừng già, trời không khô nóng như ở nơi quê nhà, song mấy chục con người lèn trong một căn nhà, thì quả thực vô cùng ngột ngạt. Đàn ông, con trai nằm tràn cả ra hành lang và khoảng sân trước cửa. Gần sáng, trời dịu mát, tất cả chìm sâu vào trong giấc ngủ... Bất chợt, tiếng kêu thét của Hạ, và mấy cô gái trẻ làm cho Tiến mọi người giật mình, bật dậy. Trời còn tối, loang loáng dưới ánh đèn pin, Tiến nhìn thấy, cửa sau đã bị bật mở. Bốn, năm thằng đang ghì kéo Hạ và hai cô gái bên cạnh.

- Các ông làm gì thế này? - Tiếng ai đó giật hỏi.

- Đưa đi phục vụ sếp.

- Các ông là người dẫn đường, hay kẻ cướp hiếp dâm?

Nói hết câu, Tiến trườn lên, giật Hạ ra khỏi tay gã cầm đèn pin. Gã xoay người đạp mạnh. Bị đạp trúng bụng Tiến ngã đè lên mấy người nằm phía sau. Chưa cảm thấy đau, Tiến vùng dậy, lao thẳng vào. Gã cầm đèn bị ngã bổ ngửa ra phía sau, làm chiếc đèn pin văng trúng vào mặt tên đứng bên cạnh. Bị đau, hắn vội thả tay cô gái, ôm mặt, ngồi thụp xuống. Gã cầm đèn bò dậy, vừa rút súng trong bụng, Tiến quờ được cái then gài cửa quật đúng vào tay. Súng rơi xuống đất. Ba, bốn tên đồng bọn đều rút súng chĩa thẳng vào Tiến, và mấy người đứng cạnh. Thấy vậy, mọi người đều bỏ chạy ra rừng, chỉ còn lại Hạ và hai cô gái.

Tiến không bị bắn chết, nhưng gẫy mất mấy cái xương sườn, sau một trận trả thù hội đồng, trong tiếng khóc van xin của Hạ...

Trời sáng hẳn, mọi người mới quay trở về. Trong nhà chỉ còn mình Tiến nằm bất động ở cửa sau. Được mọi người chăm sóc, lúc sau Tiến đã tỉnh lại. Với những vết thương này, Tiến không thể bình phục trong vài ba tháng tới. Vậy là con đường đi của Tiến càng kéo dài thêm. Tuy nhiên, với Tiến lúc này, không phải sức khỏe của mình, mà thân thể bị giày vò, tâm hồn đau đớn của Hạ mới là quan trọng nhất.

Đến trưa, chúng chở thực phẩm cùng Hạ và hai cô gái về. Nhìn các cô tơi tả, rũ như tàu lá, ai cũng thương cảm. Và như không có việc gì xảy ra, lũ đầu trâu mặt ngựa thảy mấy hộp thuốc giảm đau vào người Tiến:

- Mày chưa chết được đâu. Uống đi cho mau lành, nhắm mắt lại, đừng làm những chuyện bao đồng, dại dột nữa. Gia đình đang trông ngóng mày đấy...

Hạ buộc phải ở lại phục vụ bọn đầu trâu mặt ngựa, và chăm sóc Tiến. Để vượt qua được nỗi đau, sự tủi nhục ấy, quả thật nhiều lúc tưởng như quá sức chịu đựng của họ. Khi khỏe trở lại, Tiến có ý định trả thù, song đều bị Hạ can ngăn. Mùa thu năm ấy, Hạ và Tiến được bọn chúng bố trí vượt từ Ukraine vào Slovakia, rồi đến Praha trót lọt.

Tiến không bất ngờ, khi bác sĩ thông báo Hạ đã mang thai. Và cái thai quá lớn không thể nạo bỏ. Không loại bỏ được mầm sống này, nghĩa là nỗi đau, nỗi ám ảnh mãi mãi không thể cắt bỏ trong lòng Tiến cũng như Hạ.

Ra đi, hay ở lại với Hạ? Tuy không nói ra, song sự mâu thuẫn luôn day dứt trong lòng Tiến. Rồi tiếng trống tựu trường, với những kỷ niệm thuở học trò hồn nhiên và bao dung đã kéo Tiến ở lại với Hạ.

Mấy chục năm từ làm thuê cho đến tự hành nghề, Tiến và Hạ mới có cơ ngơi như ngày nay...

Hồ Sen Quán dường như đã đến giờ đóng cửa, tôi buộc cắt ngang dòng suy nghĩ của Tiến:

- Anh phục tấm lòng độ lượng, bao dung của thằng em!

Tiến nói như thể phân bua:

- Cũng không hẳn như vậy đâu. Khi Hạ đột ngột bị bệnh mất, em mới nhận ra, quyết định của mình là đúng. Và sự bao dung, yêu mến hết lòng của em với cháu đầu, chỉ từ khi Hạ mất. Trước đây, mỗi lần chỉ cần va chạm nhỏ với Hạ, nhìn thấy cháu, trong lòng em lại nhói lên, chỉ muốn đạp đổ tất cả, rồi ra đi anh ạ...

Đêm muộn, vậy mà ngoài kia trời vẫn còn sáng đục. Dường như, có một vệt nắng cuối ngày còn nằm vắt qua bầu trời. Như một sự đồng cảm, tôi đứng dậy, bóp nhẹ vào vai Tiến uổi chia tay để ra xe:

- Anh tin, những mâu thuẫn trong nội tâm của em về người đàn bà mà mình yêu thương. Đó là suy nghĩ rất thực của mỗi một con người, trong một cái xã hội đầy rẫy những bon chen, tính toán và lọc lừa này. Anh nghĩ, có rất ít thằng đàn ông vượt qua được những định kiến, rào cản, để làm được như em.

Leipzig ngày 30-6-2019

TRUNG CẨU

Trung Cẩu được ra tù đúng ngày Putin xua quân xâm lược Ukraine. Có lẽ, chưa biết về đâu, nên từ nhà tù gã đến thẳng nơi tôi làm việc. Gặp lại gã, tôi không ngạc nhiên cho lắm. Bởi, những năm gần mãn hạn tù, thỉnh thoảng gã vẫn có một ngày phép được ra ngoài thăm thú, hoặc gặp gỡ người nào mà gã muốn. Tất nhiên, phải có người của tư pháp đi cùng gã. Ở cái tuổi lục tuần, với hơn chục năm tù tội như vậy, song nhìn Trung Cẩu còn nhanh nhẹn, và rắn rỏi lắm. Tay bắt mặt mừng, và ngồi chưa nóng đít, gã đã giục tôi: Công việc của ông biết chó bao giờ mới xong. Bỏ mẹ nó đấy, gọi Đăng Liên, Nam Võ cùng đi làm vài choác ăn mừng ngày tôi ra tù, hay gọi là giải hạn cũng được. Thấy tôi ngần ngừ, gã vỗ vỗ vào túi quần: Một tập tiền công lao động, nhà tù vừa trả đẫy, tôi mời, vô tư đi. Tôi bảo, không phải vấn đề đó, mà đang theo dõi hành động điên rồ của gã Putin này. Hơn nữa, ông đã impfung, im phiếc gì chưa, bằng không họ không cho vào quán đâu. Gã cười: Chích ba phát rồi, giấy chứng nhận có đây. Còn thằng Putin khác đếch gì cái rồ dại của tôi mấy chục năm trước. Nó sẽ phải trả giá không trước thì sau... Đi thôi, đêm về xem tiếp, Trung Cẩu kéo tay tôi.

Không thể từ chối, tôi đưa điện thoại để Trung Cẩu gọi cho Đăng Liên và Nam Võ. Đang phải làm việc, chắc không đến được, nếu có đến được thì rất muộn. Đăng Liên và Nam Võ cùng trả lời như vậy, làm cho Trung Cẩu hơi buồn, và trả lại điện thoại cho tôi.

Cuối tháng hai không có tuyết rơi, song những cơn mưa rong bão, cùng cái rét cuối mùa như quất vào mặt người. Tôi đưa Trung Cẩu đến Tankbar, một quán bia dành cho cổ động viên của đội bóng RB Leipzig rất dân dã và ấm cúng. Tuy dịch bệnh, nhưng quán khá đông khách, Tôi và Trung Cẩu phải chờ một lúc mới có bàn trống. Vừa ngồi xuống Trung Cẩu đã tu liền tù tì mấy vại, rồi với cái giọng nhát gừng như một lời tự sự, thanh minh vậy:

- Cũng còn một chút may mắn ông ạ. Vừa xong quốc tịch, thì vào nghỉ ở Hilton. Bằng không, có lẽ hôm nay từ nhà tù tôi về thẳng Việt Nam rồi. Làm chó gì còn được ngồi bia rượu với ông...

***

Tôi gặp Trung Cẩu lần đầu cách nay có lẽ đến gần ba chục năm, khi đến nhờ hắn vẽ cho cái bảng hiệu của quán ăn. Lúc đó, hắn đang hành nghề sao chép, làm giả các loại băng nhạc ở thành phố Chemnitz. Đường làm ăn có vẻ phát lộc, tiền nhiều, đâm ra Trung Cẩu mắc chứng bệnh khệnh khạng, vòng kiềng. Tuy nhiên, với cái dáng đi chó đái, cùng khuôn mặt lưỡi cày 51 của hắn làm tôi ngỡ cái spitzname Trung Cẩu từ đấy mà ra. Nhưng có lần Nam Võ bảo, không

125

phải vậy. Cái spitzname này bắt nguồn từ những giai thoại khác, do người bạn thời trẻ trâu của Trung Cẩu kể lại cho Nam Võ:

Làng Hạ bên bờ bắc sông Thiên Đức. Một làng cổ thuần nông. Năm nào cũng vậy, mấy cơn bão qua đi, làng trở lại an bình. Nhưng không hiểu sao có một năm mưa bão rất lớn, tàu thuyền của mấy gã râu dài, mũi lõ, mắt xanh bị gió đánh tạt vào bến sông. Ruộng vườn hoa màu bị tàn phá, dân làng năm ấy đói lắm. Đói đến độ có nhà phải mang cả lư đồng, đồ thờ bát sứ ra đổi thực phẩm của mấy gã râu dài, mắt xanh. Thấy người dân ngơ ngác, tả tơi, có lẽ mấy gã râu dài, mắt xanh bị cảm động chăng, nên ở lại một thời gian truyền cho dân làng cái nghề phối giống và nuôi chó sinh sản. Các gã còn vẽ ra tương lai xán lạn của cái nghề chó đẻ này. Dân làng nghe khoái lắm, cứ như nhập đồng vào người vậy. Dần dà nghề này phát triển, kiếm ăn được, nhất là những khi mùa màng thất bát. Hầu như nhà nào trong làng cũng đua nhau làm. Từ đó dẫn đến sự cạnh tranh, bè phái, dòng họ ngày càng khốc liệt. Nghề này kể cũng lắm công phu. Muốn có chó khỏe đẹp phải cẩn thận chăm sóc ngay từ lúc phối giống cho đến khi tập đi, tập đứng, ngực nở, bụng thon, săn đùi, dài chân, cứ như mấy cô người mẫu, hoa hậu thời nay vậy.

Ở đời có tiền, thì sẽ đẻ ra quyền. Do vậy, có người say cả hai thứ trên, buộc phải tập luyện chó nhiều, sau này dáng đi giống hệt chó. Lạ lắm, dáng đi ấy đôi khi còn di truyền nữa. Mà cái sự di truyền này chẳng dính dáng quái gì đến cái tính đặc trưng sinh học cả. Nhiều người sợ, bỏ nghề, bỏ làng ra đi. Số người trẻ đi ra khỏi làng rồi, cố gắng tập luyện, sửa lại cái dáng đi ấy, nhưng dường như không mấy ai thành công.

Ấy là chó chơi, chó cảnh. Có kỳ công như vậy, xuất đi mới được giá. Dân Thăng Long, Sài Gòn họ tinh lắm. Đo đếm đồng tiền bát gạo cả.

Còn chó thịt, cân bán cho mấy gã đồ tể bên phố thì rất đơn giản, cứ vỗ béo, tập thật lực, săn ngực, nở mông là ăn tiền.

Sinh ra ở cái làng ấy, nhưng Nguyễn Phú Trung tự răn mình, không dính vào cái nghề này. Tuy nhiên, cái kiểu đi kiễng chân chó đái (di truyền) vận vào hắn, sửa mãi mà chẳng được. Bị bọn trẻ trâu làng bên chọc ngoáy, hắn ức lắm. Nhiều lúc Nguyễn Phú Trung oán trách tuốt tuồn tuột, từ ông cho đến bố hắn đã bị mờ mắt bởi lời ngon ngọt của mấy thằng râu dài mắt xanh kia, lao vào cái nghề chó đẻ này. Cũng may, nửa chừng bố hắn ngoặt sang con đường chính trị, và binh nghiệp.

Nguyễn Phú Trung ghét chó lắm. Mà làng hắn chỗ nào cũng chó. Chó nuôi trong nhà, chó thả rông, chó hoang. Ôi, cơ man là chó. Hắn nghĩ ra đủ trò để triệt đường sinh đẻ của chó. Hắn lập hẳn ra một đội choai choai chuyên rình mò chó giao phối. Tiếng chuyên môn của hắn gọi là: chó giăng dây. Ở nhà thì thôi, cứ ra đường lúc nào hắn cũng thủ trong túi ba, bốn gói tro bếp. Bắt gặp chó giăng dây, hắn ngồi rình. Khi sự phấn khích của loài chó lên đến đỉnh điểm, cùng những tiếng rên bật ra, hắn mới nhẹ nhàng rắc tro bếp vào cái nơi đang sung sướng nhất ấy. Vậy là hắn đã tước quyền được rên của loài chó. Hai giống đực, cái này bị sót nhảy cẫng lên, song không thể tách rời, dính nhau bằng chết. Gớm, cái món tro bếp này có chất quái quỷ gì mà công hiệu một cách dã man đến vậy. Miệng hắn cứ càm ràm, lầm bẩm về đến tận nhà mới thôi... Và cái Spitzname (biệt danh) Trung Cẩu vận vào hắn từ đó.

Trại chăn nuôi lợn của hợp tác xã ở cuối làng Hạ giữa những gò đồng, và vườn dong rất um tùm, vắng vẻ. Mẹ là trại trưởng, nên hằng đêm Trung Cẩu thường ra đó học bài và gác thay mẹ. Tuy mặt lưỡi cày, dáng hình chó đái, nhưng ông giời lại bù cho Trung Cẩu cái khiếu hội họa. Tất cả pano khẩu hiệu, cái này muôn năm, cái kia vĩ đại, hay tranh ảnh cổ động, không chỉ ở làng, ở huyện, mà ngay cả trên thành cũng phải nhờ đến Trung Cẩu kẻ vẽ trang trí. Dù hắn chỉ là học sinh trung học. Nghe nói, sắp có cả đoàn trung ương về thăm, Trung Cẩu được hợp tác xã thuê trang trí, kẻ vẽ trên bức tường của trại lợn. Được trả công điểm cao, hắn nghỉ cả học, hì hục mấy ngày mới xong.

Hôm đoàn về đủ các thành phần, song chẳng thấy đồng chí nào chui vào chuồng. Và chẳng cần biết lợn trong đó gầy, béo thế nào, nhưng nhìn đàn lợn mũm mĩm, sinh động, con nào ra con nấy trên tường do Trung Cẩu vẽ, các đồng chí trung ương hài lòng lắm. Phóng viên báo chí vây quanh những tấm hình này. Ảnh chụp lia lịa. Vậy là điển hình tiên tiến, phong trào, thành tích chăn nuôi giỏi từ đây mà ra, chứ còn ở đâu nữa...

Chị Khảnh là thanh niên xung phong, từ chiến trường trở về, được ưu tiên vào trại lợn từ mấy năm trước. Nhìn chị lòng khòng, mặt xanh, da bủng như bịch nước, nên khó đoán tuổi. Cha mẹ mất sớm, Khảnh sống lầm lũi một mình. Sau ngày làm việc, chị thường ở lại trại dù không phải ca gác đêm. Thấy Trung Cẩu học bài xong, thỉnh thoảng Khảnh lân la hỏi chuyện. Thời gian đầu, Trung Cẩu không mặn mà chuyện trò lắm, nhưng dần dần đâm cảm phục và thương hoàn cảnh của chị. Có lần, Trung Cẩu buột miệng hỏi:

- Sao chị Khảnh không lấy chồng?

Có lẽ, vô tình hắn đã chạm vào nỗi đau tận cùng của người phụ nữ, làm Khảnh bật khóc:

- Thân hình "chiến tranh" của tao thế này, và quá băm rồi, ai thèm lấy hả mày!

Một đêm mưa rả rích, trời đen như mực. Khảnh đội mưa ra ngoài. Lúc sau, chị quay về với mấy chiếc bánh đa nướng, và chai rượu gạo. Khảnh ngồi ngất ngưởng một mình. Có lẽ, chị chia sẻ nỗi cô đơn, buồn đau với rượu chăng. Nghĩ vậy, Trung Cẩu bật dậy:

- Em uống cùng chị!

Khảnh không trả lời, đẩy chai rượu về phía hắn. Cả hai cùng im lặng. Khi chai rượu đã vơi quá nửa, Khảnh vỗ vai Trung Cẩu:

- Tao không cần chồng. Tao chỉ cần một đứa con. Cái khao khát làm mẹ nó mãnh liệt lắm, mày hiểu không?

Trung Cẩu ngước nhìn Khảnh:

- Không có chồng, mà sinh con, vậy ra chửa hoang à, mang tiếng chết.

Khảnh phẩy tay:

- Ngay từ cái tuổi mười tám, hai mươi nơi bom đạn, tao chết đi sống lại mấy lần rồi cũng chẳng sợ, thì còn sợ đếch gì cái tiếng tăm đểu ấy hả mày.

Trung Cẩu gật gù ra vẻ hiểu biết:

- Thế thì, chị phải tự đi tìm một người đàn ông giúp mình có con chứ!

Khảnh san hết cốc rượu dở của mình sang cho Trung Cẩu, rồi úp cốc:

- Ai là người giúp tao đây? Khó lắm mày ơi!

Không gian chùng xuống, cả hai cùng im lặng. Có những giọt nước rớt xuống từ khóe mắt Khảnh. Trung Cẩu bẻ miếng bánh đa nhai ngấu nghiến, rồi ực nốt cốc rượu lấy can đảm:

- Cùng bất đắc dĩ, em sẽ giúp chị.

Khảnh trợn tròn mắt nhìn hắn, tưởng nghe nhầm:

- Mày giúp tao. Không phải rượu nói đấy chứ?

- Vâng, em có thể giúp chị. Thành niên rồi. Tuy nhiên, chỉ giúp chị có con. Và chuyện này chỉ em và chị biết.

Khảnh đổ gục xuống vai Trung Cẩu: Tất nhiên rồi... được vậy chị cảm ơn mày lắm, Trung ạ.

Chỉ mới vài lần gần gũi Khảnh, thế mà Trung Cẩu đâm nghiện cái món này. Trưa tháng 5, trời nắng như đổ lửa. Hơi phân từ chuồng lợn bốc lên như làn khói thuốc mỏng. Ngột ngạt, khó thở, Khảnh và Trung Cẩu chuồn ra vườn dong sau khu trại nằm. Gió đồng quyện vào hương lúa luồn qua những kẽ lá, làm cả hai cảm thấy thật dễ chịu. Lúc này, bản năng làm mẹ của Khảnh thật mạnh mẽ. Vẫn như những lần trước, Khảnh chủ động kéo Trung Cẩu về phía mình. Lần này, Trung Cẩu không còn ngập ngừng nữa, mà tụt quần, vần một phát nằm úp lên Khảnh... Gió nổi lên cùng những áng mây vảy rồng, như báo hiệu sẽ có một cơn giông đến gần. Bất chợt, có tiếng vạch lá sột soạt, Trung Cẩu giật mình định kéo quần lên, và bò dậy. Song khẩu súng bị dính chặt vào Khảnh, không thể nào rút ra được. Lạ thật, lẽ nào mình cũng bị rắc tro bếp? Trung Cẩu lẩm bẩm như vậy. Và hình ảnh loài chó đang giăng dây bị rắc tro bếp chợt thoáng qua, làm cho hắn toát hết cả mồ hôi hột. Khảnh ghì chặt Trung Cẩu xuống và bảo, bình tĩnh, im lặng. Cả hai cùng nín thở, mắt nhắm nghiền.

- Thằng Trung, và con Khảnh phải không? To gan thật, dám làm cái chuyện mèo mả gà đồng ở đây. Tao móc cua ngoài bờ ruộng, nhìn thấy chúng mày vào đây đã lâu rồi.

Nghe tiếng quát, Trung Cẩu giật mình, đúng giọng dì Ba em của mẹ. Hắn lắp bắp, không dám ngẩng đầu lên. Khảnh ngước mắt, bảo bà Ba, lỗi này không phải của Trung, mà bởi cái lỗi khát vọng làm mẹ của bản thân mà thôi.

Bà Ba ngang tàng, nhưng tốt tính. Bà nguyên là công nhân làm đường ở Nghĩa Lộ. Không chồng, nhưng bà có đến ba đứa con. Lần nào chửa đẻ, đơn vị cũng bắt làm kiểm điểm, cắt lương, cắt thưởng. Lần cuối cùng chịu không nổi, bà tụt quần trùm đầu giám đốc đấm cho một phát, rồi dẫn con về quê. Do vậy, nghe Khảnh kể, có lẽ bà đồng cảm và hơi bị xúc động, nên bảo: Chúng mày mặc quần áo vào, còn nằm ườn ra đấy làm gì.

Trung Cẩu chống tay rướn người lên, nhưng súng vẫn bị mắc kẹt, lại phải nằm úp trở lại. Mấy lần như vậy, bà Ba chợt hiểu ra bảo: Nằm yên đấy, ngọ ngoạy nữa là đứt phim đấy. Để tao về tìm người, khiêng chúng mày đến bệnh viện. Họ phải chích vào mông con Khảnh một phát, mới tách nhau ra được...

Sau vụ kẹt súng, bị chọc ngoáy nhiều, Trung Cẩu chán nản tưởng chừng không có hy vọng vào được đại học. Ấy vậy, năm đó hắn đỗ vào Trường cao đẳng mỹ thuật Hà Nội, với môn năng khiếu điểm khá cao.

Trung Cẩu về Hà Nội học được mấy tháng, có tin báo chị Khảnh đã có chửa, bị chi bộ bắt làm kiểm điểm. Chị xé thẻ đảng quẳng vào mặt đồng chí bí thư, rồi bỏ vào Bạc Liêu sinh sống. Sau này nghe người làng vào đó, về kể lại, con trai Khảnh có dáng đi, kiểu đứng chó đái giống y hệt Trung Cẩu. Gớm, cái món chó đẻ này, không chỉ dừng ở phương Bắc, mà nó còn phát tiết ra cả phương Nam. Tính di truyền không mang đặc trưng sinh học quả thực mãnh liệt.

Học xong, Trung Cẩu về làm phong trào văn nghệ ngành công nghiệp. Chiến tranh, rồi bao cấp, hắn đói lắm. Chỉ có con đường cày thuê cuốc mướn ở nước ngoài, mới giải quyết cho hắn được cái bệnh đói kinh niên đó. Năm 1987 Trung Cẩu quyết định sang Đức. Lúc khám sức khỏe, thấy dáng đi, kiểu đứng chó đái của hắn, bác sĩ đắn đo, và ái ngại: Thế này, mất thể diện quốc gia quá. Trung Cẩu nổi cáu: Kiểu dáng này, di truyền từ ông bố tôi đang là chính ủy cả một sư đoàn đấy...

***

Thấy tôi trầm ngâm, bia tan đã hết bọt, Trung Cẩu gọi ly khác và hỏi:

- Ông nghĩ gì mà đuột mặt ra vậy?

- Đang nghĩ về thế hệ chúng ta, cái thuở còn ở Việt Nam. Mà này, cái vụ tù tội của ông, tôi đã nghe nhiều người kể, song có một số chi tiết không đồng nhất cho lắm. Tiện đây, ông nói rõ hơn được chăng?

- Chuyện này, phải kể lại từ đầu. Lỗi lầm bắt nguồn từ tôi và ông bố tôi. Như ông đã biết, những năm đầu thập niên chín mươi của thế kỷ trước, tôi sao chép và buôn bán các loại băng nhạc đểu, nên có khá nhiều tiền. Tết năm 1998 tôi về thăm nhà, mẹ tôi

132

giục lấy vợ. Tuổi đã gần bốn chục, sống độc thân kể cũng buồn, nên tôi gật đầu. Bố tôi giới thiệu Hằng là người dân tộc miền núi Tuyên Quang, lính văn thư ở chỗ ông. Hằng rất trẻ và xinh đẹp, nhìn thấy tôi ngắc ngư liền. Hằng đồng ý lấy tôi có lẽ, bởi uy quyền của bố tôi, và cũng muốn giải thoát cho cuộc sống hiện tại mà thôi. Từ Đức về, tôi có mang một số rượu đắt tiền, tuần đầu uống và tặng hết. Hôm ăn hỏi và xin cưới, tôi mua rượu bình thường ngoài nhà hàng. Vẫn mang cái kiểu làm của kẻ tuyên huấn, ông bố tôi bí thư, chính ủy một quân khu đã đổ mấy chai rượu vừa mua sang vỏ chai tôi mang từ Đức về, đưa đến nhà gái. Nhưng dân miền núi không dễ bị lừa bịp mãi như ông bí thư, chính ủy quân khu đã tưởng. Cưới xong, Hằng có nhắc sơ đến chuyện, đánh tráo ruột rượu. Một sự đáng xấu hổ, và coi khinh cả dòng họ nhà gái. Tôi xin lỗi, và tưởng rằng đã quên. Song không ngờ, Hằng thù dai đến vậy...

Tôi đưa Hằng sang Đức. Khi giấy tờ của Hằng ổn định, tôi mua nhà đứng tên cả hai vợ chồng. Lúc này, Hằng mới khơi lại chuyện tráo rượu. Giở mặt, và sự trả thù ấy, còn phũ phàng, kinh khủng hơn tôi tưởng tượng ông ạ. Tôi bị mổ khối u tưởng chết, nằm viện mấy tháng trời, Hằng không hề thăm nom. Tôi về nhà dưỡng bệnh, Hằng làm đơn ly hôn. Căn nhà ngăn đôi, đêm nào nó cũng dẫn trai về, quất nhau cứ huỳnh huỵch. Ức trào cổ, không làm gì được, tôi lại vào viện, rồi đi phục hồi sức khỏe... Mấy năm sau tôi mới thực sự khỏe lại. Hằng đã có con với thằng bồ mới. Ở chung với chúng nó không thể, tôi muốn bán nhà, tiền chia đôi, nhưng Hằng vẫn không đồng ý. Có lẽ, chúng muốn chiếm cả nhà chăng? Trong lúc uất ức, không thể tự chủ, tôi vác dao sang chém cả hai đứa. May không đứa nào chết, bằng không...

Tôi đứng dậy, và cắt ngang lời Trung Cẩu: Cái chính là Hằng nó đếch khoái và yêu ông. Tráo rượu, trả thù chỉ là cái cớ thôi. Nó vào diện chai lì, và cao thủ bẩn. Ông lúc đó ở vào cái thế bất lợi, dẫn đến hành động vô lý, dại dột. Ông và Hằng đã ly dị, trên pháp lý nhà cửa cưa đôi. Nó yêu ai, ngủ với ai là quyền tự do của nó. Bán nhà hay không cũng là quyền của nó. Dù có ức, mình cũng phải cá nhịn thôi. Mang dao sang nhà nó xử lý là cướp, là sát nhân. Hành động của ông lúc đó khác chó gì Putin mang quân sang xâm chiếm Ukraine bây giờ...

Nghe tôi nói, Trung Cẩu bảo: Ông cứ nói phét, trong hoàn cảnh ấy, ông cũng hành động như tôi thôi. Rồi gã cười ha hả, tợp nốt cả hai vại bia còn lại mới đứng dậy theo tôi ra xe.

Leipzig ngày 9-3-2022

GÀ CHỌI

Đang dịch virus cúm Tàu đi đâu kể cũng ngại. Nhưng công việc có liên quan đến cơ quan chóp bu ở những tận Berlin, thì không thể không lên. Termin, hẹn hò, xong việc đã vào tầm trưa. Thấy người hơi rung rinh, có lẽ đã ngấm đói. Nơi đây chắc chắn, không xa chợ người Việt cho lắm. Đến đó, liều gọi mấy gã bạn văn nhân nửa mùa ra cùng nhấc lên, đặt xuống chút cho máu. Nghĩ vậy, tôi bật Navi tìm đường ngay... Dù vào giờ ăn trưa, nhưng đang mùa dịch, do vậy hàng quán trong Chợ Đồng Xuân dường như hơi bị hẻo. Không khí tĩnh lặng lắm. Đang lớ ngớ, nhòm vào Đức Anh Quán, bị ngay một phát vỗ vai từ phía sau làm giật thót cả người, chùm chìa khóa trên tay tôi rơi tuột xuống đất:

- Trường! Đỗ Trường phải không?

Tôi quay lại, một khuôn mặt xám ngoét, không ra quen cũng không thật lạ. Không trả lời, tôi cúi xuống nhặt chùm chìa khóa. Vừa ngẩng lên, thấy gã chuyển lon bia uống dở sang tay phải, cánh tay trái choàng lên vai tôi, giọng khê nồng:

- Về Hà Nội rất nhiều lần, biết ông cũng sang Đức từ rất lâu rồi, tìm mãi không được. Thế chó nào, hôm nay lại gặp ông ở đây.

Đang dịch bệnh, bắt tay đã thấy ngại. Do vậy, gã vừa dứt lời, tôi xoay người làm cho cánh tay gã tuột khỏi vai. Lùi lại mấy bước, tôi nhìn thẳng vào gã. Quần áo nhàu nhàu, khuôn mặt dáng vóc mờ mờ, đục đục, không thể nhớ ra. Thấy tôi ngẩn tò te, gã chỉ tay vào cái ngực đang cố ưỡn vổng lên:

- Thắng! Dương Quang Thắng, Khu tập thể Bộ ngoại giao đây.

Tôi thực sự bất ngờ, chợt nhớ ra Thắng, và câu hỏi tự nhiên vuột ra như vô thức vậy:

- Thắng (gà chọi), đã từng tham gia thi Olympic toán học quốc tế cùng thời với những Vũ Kim Tuấn, Nguyễn Thanh Tùng, Lê Bá Khánh Trình... đây sao?

Thắng gà chọi cười bật ra thành tiếng, dường như đã chuyển sang mùi nhựa mận:

- Chính là y.

Giời đất ơi, sao trông ông héo mòn thế này! Suýt nữa tôi thốt ra như vậy. Bởi, Thắng gà chọi thay đổi hoàn toàn về cả thể xác, lẫn tính cách...

Không hiểu gia đình tôi quen biết, rồi thân thiết với gia đình Dương Quang Thắng từ khi nào. Ngay từ thuở bé tí tẹo, đến khi cắp sách tới trường, tôi luôn bị mang ra so sánh với Thắng gà chọi. Có lẽ, chẳng cứ gia đình tôi, mà ông bố, bà mẹ nào cũng vậy, cứ quen với gia đình Thắng gà chọi có con cái tốt, hay xấu đều mang ra so sánh với gã. Thắng gà chọi là tấm gương rực rỡ, sáng ngời buộc chúng tôi phải rọi soi vào đó.

Bởi, hắn không chỉ dễ bảo, mà còn học giỏi, được đưa vào những ổ, lò chuyên luyện thi cấp quốc gia, cấp Olympic quốc tế. Hắn luyện kinh đến nỗi đám gà chọi ăn tiền của mấy gã hàng xóm cũng phải xanh mắt mèo. Ngày còn đi học, thỉnh thoảng tôi có gặp Thắng. Hắn lừ lừ, da dẻ tái xanh như cớm nắng, với chiếc kính cận dày như đít chai. Nhìn chúng tôi đánh bi, đánh đáo hắn cứ ngơ ngơ ngác ngác, như vừa ở hành tinh khác đến vậy. Nghe nói những năm cuối thập kỷ bảy mươi của thế kỷ trước, hắn tham gia thi Olympic toán học quốc tế. Chẳng biết có được giải giếc gì không, nhưng ngay sau đó hắn được sang Đức tu luyện tiếp...

Cứ tưởng Thắng gà chọi sang Đức là chúng tôi sẽ thoát nạn. Nhưng không, hình ảnh hắn cứ như ma ám vào chúng tôi. Dù đã học xong, đi làm, trở thành người lớn rồi, vậy mà chúng tôi vẫn bị mang ra so sánh, soi chiếu, mỗi khi những thùng hàng của hắn từ Đức được gửi về. Lần cuối tôi gặp hắn vào khoảng giữa thập niên tám mươi. Trước đó bốn năm, tôi bỏ việc nhà nước, để hành nghề buôn lậu. Còn hắn, nghe nói, học xong phá bĩnh ở lại Đức, quắp thêm một em mắt xanh mỏ đỏ, và làm thông dịch, hay gì đó. Kỳ phép lần ấy, hắn cùng bạn bè đóng khá nhiều thùng với những hàng hóa rất cần thiết, và giá trị ở Việt Nam lúc đó. Hắn không chỉ là vị cứu tinh của gia đình, mà còn là hình ảnh, niềm mơ ước của nhiều người xung quanh. Do vậy, hắn khệnh khạng chẳng khác chó gì mấy gã (thủy thủ) Vosko ở Hải Phòng, hay Sài Gòn. Tuy nhiên, những thùng hàng của hắn bán lẻ thì rất lâu, hơn nữa không phải ai cũng có tiền để mua, hoặc trả tiền ngay. Cho nên, muốn một phát ăn ngay, tiền trao cháo múc, hắn buộc phải tìm đến chúng tôi, những kẻ buôn lậu.

Giải quyết hàng hóa xong, Thắng gà chọi khoái lắm, nhờ tôi dẫn đi thưởng thức mặt trái của Hà Nội về đêm. Và nhìn hắn giày vò Hà Nội cứ như một đứa trẻ chưa từng (bao giờ) được bú, được chơi, (không hiểu sao) tôi hơi bị xúc động. Thế mới lạ...

Thấy tôi định bước vào Đức Anh Quán, Thắng gà chọi gạt tay, và kéo thốc tôi tới một quán ăn ở phía sau chợ. Ở đó, lố nhố có mấy gã dường như đang chờ Thắng gà chọi. Chẳng biết mấy gã này đã uống nhiều hay chưa, thấy tôi đi cùng Thắng nhao nhao xỉa xói:

- Ông này trước học trường nào, ở đâu, trông lạ hoắc thế này!

Đoán là đám cựu sinh viên, gà chọi cùng hội của Thắng, tôi cười cười:

- Học hành chó gì đâu, làm nghề úp mặt vào chảo thôi.

Mở tủ lấy cho tôi chai bia, Thắng gà chọi lên giọng: Đây là ông bạn hàng xóm ở Việt Nam. Rồi hắn quay sang tôi, chỉ mặt từng gã liến thoắng: Thằng này thi đại học 28 điểm, con Phó chủ tịch tỉnh Thái Bình, cùng Humboldt với Phạm Thị Hoài. Thằng kia thi 29 điểm, cựu Hàn Thuyên, Bắc Ninh rồi đến Tổng hợp, đã từng đạt giải nhì toán toàn quốc, học với Dương Kiều Hoa đấy... Chẳng biết Thắng gà chọi bới móc, hay lật lại dĩ vãng, khoe mẽ tiểu sử nhằm mục đích quái quỷ gì, tôi liền cắt ngang lời: Dừng lại đi, nghe tiểu sử các bố mấu cạnh quá, tôi hoảng, chuồn ngay bây giờ.

Có lẽ, chẳng cần phải hỏi han, chỉ nghe mấy lời cãi vã, đùa cợt, với những câu chuyện không đầu, không cuối trên bàn nhậu này, có thể biết ngay, mấy bác cựu gà chọi này chuyên làm nghề dịch vụ giấy tờ, hoặc làm thuê, cuốc mướn ở đâu đó quanh đây.

Đang hứng thú, định làm phát cạn ly với tôi, chợt chuông điện thoại đổ dồn, Thắng gà chọi vội đặt ly bia xuống, hai con mắt hấp háy: Con vợ đấy.

Nghe tiếng đàn bà Việt choang choác trong máy, tôi hơi ngạc nhiên... Và chờ Thắng gà chọi dứt câu chuyện, tôi hỏi:

- Nghe nói vợ ông người Đức, sao lại...?

Thắng gà chọi cười ha hả:

- Đây là tập thứ mấy rồi ông ơi!

- Thế cũng hơi buồn ông nhỉ?

Tôi làm ra vẻ đồng cảm. Thắng ngẩng lên nhìn tôi ngạc nhiên:

- Buồn cái chó gì! Hoàn cảnh và quy luật thôi. Đã già nửa cuộc đời sống ở Đức, mà ông ấu trĩ, lạc hậu bỏ mẹ đi được.

Tôi ngơ ngác, không hiểu. Đang định hỏi lại, Thắng gà chọi đã tiếp lời: Văn hóa Đông và Tây chỉ có thể dung hòa, chứ không thể hòa tan nhé. Do vậy, sự đứt gánh dọc đường giữa tôi và con vợ Đức xảy ra là điều tất yếu thôi. Còn vài tập sau, tuy cùng văn hóa nước mắm, nhưng quắp nhau do hoàn cảnh thôi. Chứ nhiều khi yêu đương nồng thắm đấy cũng chẳng ở với nhau được đâu ông ạ. Dừng lại giây lát... bất chợt Thắng gà chọi vỗ đùi đen đét, rồi thọc ngón tay lên trời phân trần: Con vợ tôi ấy à, chỉ làm cái công việc trông trẻ, nhưng bảo đảm, những thằng chủ chợ, hay giàu có nhất Berlin này, không thể nào có lái xe đưa đón xịn như nó, một Tiến sĩ khoa học là tôi.

Thằng gà chọi vừa dứt lời, tôi chưa kịp phản ứng, thấy có bà phấn son trát như tượng ở trên mặt, từ đâu xộc đến, chĩa thẳng tập giấy vào mặt hắn: Văn phòng không ngồi, bác chui lủi ra tận đây, làm em tìm từ nãy đến giờ. Cái lão nhà em nhận giấy trục xuất rồi, bác xem ủ mưu tính kế thế nào chứ. Gay go rồi...

Không để cho người đàn bà nói hết, Thằng gà chọi liêu xiêu đứng dậy, bảo tôi chờ tý, rồi kéo người đàn bà ra xe, ở nơi góc khuất...

Không biết từ sáng đến giờ, Thằng gà chọi uống nhiều hay ít, song chất giọng lè nhè có vẻ kẻ cả ấy, không phải hoàn toàn vô lý. Bởi, thành phố tôi cư ngụ có khá nhiều thành phần như Thằng gà chọi. Ngoài ra còn có mấy bác tiến sĩ già, học và ở lại Đức đã ngót sáu chục năm. Bác nào cũng bị đứt gánh giữa đường cả. Xem ra, tính nết khó trở lại được bình thường. Chẳng vậy, có người còn quả quyết rằng: Đi trên đường, nhìn thấy người Việt mồm ngam ngáp, miệng lẩm bẩm, vỗ vai đồng hương xin điếu thuốc... thì đích thị là thành phần cựu gà chọi này, chứ không còn phải nghi ngờ gì nữa.

Có lẽ, nhận định và suy nghĩ trên mang tính cực đoan, vơ đũa cả nắm chăng? Bởi, tôi có mấy gã bạn như: Vũ Quang Vinh, Trần Bách ở Ba Lan, Ngô Thanh Hoàn ở Nga, hay Ngô Lụy Thừa ở Tiệp... gốc gác (con nhà) công nông binh cả, đều đủ điểm du học. Đường đời nhiều phen lên voi xuống chó, ấy vậy các gã vẫn kiên trì, năng nhặt chặt bị, tạo dựng ra chỗ đứng cho riêng mình. Mấy lần, tôi đã kiểm tra mồm miệng các gã này còn tròn vành vạnh, chứ không (hay chưa) thấy sự lẩm bẩm, méo mó của những cái ngáp trường kỳ...

Khi Thắng gà chọi quay lại, thì gã cựu học sinh Hàn Thuyên, Tổng hợp khởi động cho chương trình thơ ca. Chẳng hiểu thi ca có bùa mê thuốc lú gì cứ có tý rượu bia vào là các bác lăn xả vào cứ như ma ám. Cứ người đọc, kế đến là người bình, rồi cùng nhau hò hét, vỗ tay cứ đôm đốp. Những cuộc trình diễn đọc và bình thơ trên bàn nhậu diễn ra thường xuyên thì phải, bởi nhìn mặt các bác bưng bê phục vụ không hề có một chút cảm xúc. Chỉ mấy cháu ngồi ở góc quán có lẽ sinh đẻ ở Đức, lần đầu bắt gặp, tưởng các bác đang lên cơn động kinh. Thơ ca đến đỉnh cao trào, làm tôi nhớ đến mấy gã văn nhân nửa mùa cũng ở Berlin này, liền quay sang Thắng gà chọi hỏi. Tôi vừa nhắc tên, Thắng gà chọi đã nhăn mặt, phẩy tay:

- Không nhắc đến ma ở đây nhé!

Nghĩ, có lẽ Thắng gà chọi uống nhiều đã đến lúc tưng tửng rồi, nên tôi không lưu tâm, và hỏi tiếp:

- Mấy gã ấy, văn thơ đọc cũng tạm được đấy chứ?

Tôi chỉ rủ rỉ nói, và giữa chốn ồn ào như vậy, không hiểu sao cả bàn đều nghe thấy. Mặt các bác cựu lưu học sinh đỏ phừng phừng như gà chọi, chỉ vào tôi, nửa đùa, nửa thật:

- Làm nghề úp mặt vào chảo như ông biết chó gì về thơ văn mà đánh giá, bình luận... Thơ văn của mấy thằng ấy... vứt... vứt...

Tôi hơi bị mất hứng, nhưng không buồn, chỉ thương cho tâm hồn thiếu hụt và mang đầy thương tích của các bác cựu du học sinh này. Tìm, và dựa vào dĩ vãng, cùng những câu thơ nhạt phèo, các bác muốn che đậy cái yếu kém, cũng như khoảng trống của tâm hồn chăng. Tuy nhiên, các bác đã lầm. Bởi, mỗi lần các bác gồng mình, từ trong sâu thẳm, nỗi đau, sự yếu kém, khoảng trống đó càng khoét rộng hơn lên.

Và cũng chính những lò luyện thi tạo ra một bầy gà chọi của một thời bao cấp, cùng độc tài đã giết chết tuổi thơ, làm cho hồn người bị thiên lệch. Cuộc sống này đâu chỉ có toán học, và những văn bằng tiến sĩ để dọa người, mà còn phải có những kẻ biết úp mặt vào chảo nữa. Không huyễn hoặc, hãy sống thật với chính mình với hiện tại, thì cuộc sống sẽ trả ta về với giá trị ban đầu vốn có...

Tôi đã nói những suy nghĩ như vậy với Thắng gà chọi, khi chia tay. Hắn cười buồn, và bắt tay tôi thật chặt.

Trời đã về chiều. Cái nắng vẫn còn kéo bầu trời Berlin lên đến 33 độ. Lên xe rồi, mà dường như vẫn còn văng vẳng bên tai tôi tiếng đọc thơ của Thắng gà chọi và những người bạn...

Leipzig ngày 24-8-2020

MÙA TRĂNG

Trời chớm sang thu. Ngoài kia, lá đã ngả màu, buông rơi. Những cơn gió hè, dường như vẫn còn lẩn khuất đâu đây. Thành phố đã vào đêm. Con đường vắng những bước chân. Leng keng tiếng tàu điện lọt thỏm vào những con phố dài hun hút. Leipzig tĩnh lặng, cựa mình, trằn trọc. Có lẽ, chẳng cứ là thu, mà thời khắc giao mùa nào cũng vậy, luôn làm xáo trộn hồn người nơi phương xa. Tôi đã từng sống ở miền biển, mảnh đất gối đầu lên những con sông Đào, sông Ninh Cơ, sông Đáy. Với thời gian không dài, vậy mà quá nửa đời người phiêu bạt trời Âu, mỗi khi nhớ về đất Việt, tôi thường nghĩ về nơi ấy. Quả thật, đúng như ai đó đã nói, tuổi thơ đi qua nơi nào, thì trong trái tim, mảnh đất ấy vĩnh cửu là quê hương.

Trại Sỹ Lâm được Hoàng giáp Phạm Văn Nghị, thầy dạy học của Tam nguyên Yên Đổ Nguyễn Khuyến và Tam nguyên Vị Xuyên Trần Bích San... khai khẩn, lập ấp vào năm 1845. Tuy mới được gần hai trăm năm tuổi, nhưng có thể nói, vùng ấp này có đường nét khá cổ kính, ngăn nắp, một trong những dấu ấn đặc trưng nhất của làng quê đồng bằng Bắc Bộ. Tạo nên làng, bởi sông nước đan xen, trĩu nặng phù sa. Sự trù phú, yên bình ấy, dường như làm cho cuộc sống, con người nơi đây đầy ắp nghĩa tình và nhân hậu. Dù không phải là bản quán, quê cha đất tổ, song rất may mắn, tuổi thơ tôi đã đi qua nơi này. Chính vì vậy, tâm hồn tôi cũng được nuôi dưỡng bởi những hạt phù sa trĩu nặng ấy.

Không hiểu sao, tôi và Bắc thân nhau ngay từ lần gặp đầu. Đến nay, tôi chưa bao giờ tìm lời lý giải, song chắc chắn không phải, bởi hắn ở gần nhà chị Hậu, nơi chúng tôi tá túc. Bắc kém tôi hai tuổi, học sau một lớp. Ấy vậy, lúc đó hắn to cao, mạnh mẽ hơn tôi nhiều. Thân nhau, và hay cùng bày trò nghịch ngợm, nhưng tôi và Bắc sở thích trái ngược nhau. Hắn chăm chỉ học bài, lười đọc sách, còn tôi cực kỳ lười học, đến lớp chỉ gục xuống bàn để đọc truyện. Tuy lười đọc truyện, nhưng Bắc rất khoái nghe tôi kể lại. Có những câu chuyện tôi thêm nếm, bốc phét diễn giải, hắn cứ há hốc mồm ra ngồi nghe, rồi xuýt xoa, hay nhỉ, hay nhỉ...

Học bài xong, Bắc thường rủ tôi chui vào các vườn cây trong làng, săm soi. Cái kiểu hái trộm, vặt trộm của hắn cũng rất đặc biệt. Mỗi buồng chuối, mỗi cây đu đủ... hắn chỉ thó một quả xanh. Thấy lạ, tôi hỏi sao không làm cả nải, cả buồng cho nhanh. Hắn bảo, làm vậy họ sẽ biết ngay là mất trộm. Chúng ta khó có thể lấy được lần thứ hai. Và lấy nhiều, chúng ta cũng không thể ăn hết một lần. Về lâu dài phải làm như vậy. Để người lớn không biết, ở giữa vườn dong sau nhà, hắn đào một cái lỗ có nắp ngụy trang, rồi lót ủ lá chuối khô và trấu cho vào đó để rấm chín. Trưa nào đi học về, hắn cũng gọi tôi ra vườn dong mở nắp hầm, chọn những quả đã chín chia nhau ăn. Giữa chiến tranh, cuộc sống thiếu thốn, đói khổ, đi học về đói hoa cả mắt, được thưởng thức những quả chuối, trái ổi, miếng đu đủ... chín tới, thơm ngọt ngào, thì quả thật tỉnh hết cả người. Ăn xong, chúng tôi nằm gác chân lên nhau, trò chuyện cho đến khi nghe tiếng gọi về ăn cơm mới bật dậy. Tuy ít tuổi, nhưng Bắc có vẻ rất người lớn, sống tình cảm và có tính nhường nhịn.

Khi ánh nắng chiều thu chợt vụt tắt, những nhánh sông nơi hạ nguồn trở nên nâu sẫm một màu. Bên kia của triền đê nước dâng lên. Và cống chính đã mở, con sông cái như vặn mình xả nước vào đồng ngậm ải ven đê. Và đó cũng là sự báo hiệu thời điểm mẻ rươi đầu mùa đã đến. Mùa của sự vần vũ, mà tạo hóa thiên nhiên đã ban tặng cho con người một sản vật, một món ăn dân dã, như gói trọn cả cái hương hoa tinh túy của đất trời vậy.

Tôi và Bắc đi học về, thấy chị Hậu đang ngồi chẻ tre, uốn khung, rồi lấy vải màn cũ khâu thành những chiếc vợt xinh xắn và chắc chắn lắm. Hai thằng nhấm nháy, định chui vào vườn dong, chị ngước mắt lên nhìn: Hôm nay trở giời, đêm chắc rươi sẽ nổi lên nhiều, hai thằng muốn đi vớt với chị, thì phải học bài từ sớm nhé. Chúng tôi khoái chí, cùng đồng thanh vâng dạ. Hai thằng quay đi, chị nói với theo: Chị biết từ lâu rồi nhé, làm gì cũng có chừng mực, bằng không người ta cho là kẻ trộm thì xấu hổ lắm đấy. Thì ra, chị Hậu biết việc săm hoa quả, đào lỗ giữa vườn dong của chúng tôi đã từ lâu. Nhưng có lẽ, chị cho đó là trò chơi của trẻ con, và chúng tôi chưa làm gì tới mức quá đáng, nên chị chỉ nhắc nhở. Tôi và Bắc ngượng đỏ cả mặt đứng sững lại. Chị cười cười, giục, thôi đi đi, một lúc thôi nhé, rồi về ăn cơm.

Chị Hậu là người hiếu thảo, hiền thục đúng như cái tên của chị vậy. Với bọn trẻ con chúng tôi, chị rất tâm lý và độ lượng. Chị không chỉ giỏi làm nón lá, được nhiều nơi đặt mua, mà cắt may cũng đẹp. Áo, quần rách, chị vá bằng tay, đường chỉ đều và thẳng tăm tắp, như máy khâu của những người thợ lành nghề...

Tôi và Bắc vừa làm xong bài tập, chị Hậu từ ngoài đồng chạy về bảo, rươi đã bắt đầu nổi lên. Chúng tôi vội đứng dậy, cầm vợt và xoong, chậu. Chị Hậu bắt chúng tôi mặc thêm áo mưa cho đỡ lạnh. Ra đến đầu ngõ, quên đèn, tôi định quay vào nhà lấy. Bắc cản lại, trăng sáng như ban ngày thế này cần chó gì đèn. Chị Hậu lưỡng lự, rồi bảo, cầm một chiếc đèn chai đi cũng được. Biết đâu mây bất chợt kéo đến. Chưa cần đến thì để đầu bờ.

Trăng trung tuần tròn và sáng vằng vặc. Cánh đồng ải bạc màu mới hôm trước, nay đã chìm trong nước. Từ xa, tiếng nói, tiếng cười vang lên, tưởng chừng như làm vỡ cả một vầng trăng. Dường như cả làng, người lớn, trẻ con cùng đổ cả ra đồng. Rươi không hiểu từ đâu chui lên nhiều đến thế. Từng đàn, từng đàn đỏ au kín cả mặt ruộng. Lần đầu nhìn thấy rươi đầy mình lông lá, ngoe nguẩy bơi, tôi cũng sợ. Chị Hậu và Bắc lội hẳn xuống ruộng. Tôi chỉ dám đi dọc theo các bờ ruộng, bờ mương vớt một lúc toát cả mồ hôi, cũng được lưng chậu thau đồng. Khi quay lại, thấy những xoong, chậu, rổ rá của chị Hậu và Bắc đã đầy. Không còn cái đựng, chị Hậu cười tươi bảo, chị em mình về thôi.

Đến nhà, chị Hậu san ra một nửa, bảo Bắc mang về cho mẹ. Nửa còn lại, chị mang rửa sạch và trần nước sôi cho rươi rụng hết lông. Đêm khuya, chị Hậu giục tôi đi ngủ. Nhưng cái tính tò mò của tôi trỗi dậy, nên vẫn ngồi xem, và muốn phụ giúp chị. Thấy vậy, chị nhóm bếp, sai tôi rang muối, rồi cho vào cối đá giã nhỏ. Chờ thật ráo nước, chị Hậu cho rươi vào chậu, rắc muối lên, dùng đôi đũa cả đánh đều cho thật nhuyễn. Rồi chị đổ rươi vào hai cái chum sành to đùng đậy kín, mang để ở đằng sau bể nước mưa. Tôi hỏi, làm mắm đơn giản vậy sao. Chị bảo, còn một số công đoạn nữa. Khoảng bốn tuần tới sẽ cho chút rượu, và thính quấy đều lên. Rồi vài tuần sau trộn vỏ quýt rang và gừng tán nhỏ vào. Ba tháng phơi sương nắng, mắm ngấu mới có thể ăn được.

Phần rươi còn lại, chị Hậu làm chả và kho. Cũng như làm mắm, chị Hậu cho rươi cùng với trứng gà, thì là, vỏ quýt thái thật nhỏ, và một chút bột gia vị đánh thật nhuyễn, rồi rán vàng. Chị bảo, thật tiếc không có thịt băm. Nếu có món này sẽ ngon và béo ngậy hơn. Món rươi kho, nhìn chị Hậu làm rất đơn giản. Bởi, ngoài một chút gia vị, mắm muối, chị chỉ lót những lá cây có sẵn ở vườn nhà, như gừng, gấc, thì là, vỏ quýt dưới đáy niêu đất, rồi cho rươi lên trên, nước đổ sâm sấp, như nấu cơm vậy. Đậy kín niêu, lửa cháy liu riu. Khi nghe nước đã sền sệt đáy niêu, thì là lúc rươi đã chín vàng. Lúc này, chị Hậu mở nắp, một mùi hương tỏa ra, thật khuyến rũ, và dễ chịu...

Gió heo may trở lại, cái lạnh luồn qua liếp cửa, chợt nghe tiếng lá xào xạc nơi đầu hồi. Chị Hậu cũng đã nấu xong bữa cơm chiều. Tất cả quây quần trong chiếc ổ còn thơm mùi rơm mới. Mâm cơm tròn sóng sánh bát mắm rươi bên những miếng chả chiên giòn, vàng ruộm quyện vào đĩa gỏi rau vừa hái sau vườn. Niêu rươi kho vừa đặt xuống, khói còn nghi ngút, cùng bát cơm tám đầu mùa. Tất cả quyện vào nhau, làm nên một hương vị rất đặc biệt như của đất trời vừa ban tặng vậy. Lòng đang se lạnh bỗng nhiên ấm lại. Nó tuy dân dã, song chẳng có yến tiệc, cao lương mỹ vị nào có thể sánh bằng. Ai chưa được hưởng cái không gian ấy, hương vị ấy, một lần trong đời, thì quả thực là một thiệt thòi lớn.

Thật vậy, hôm rồi, anh chị họa sĩ Nguyễn Quốc Việt, và Vũ Thị Noel em tôi gửi cho mấy cân chả, và mắm rươi, tự tay chế biến. Giữa trời Tây giá rét mấy chục độ âm, ngồi ngất ngưởng với cái món chứa đựng cả hồn vía, tinh túy của đất trời này, thì quả thật chẳng còn gì bằng. Sự sung sướng ấy, tôi chia đều cho ông bạn võ sư, nhạc sỹ, cũng là một chuyên gia ẩm thực Nam Võ (Dương Hoài Nam). Huyết áp có lúc đã giật đùng đùng, ấy vậy không hiểu sao hai thằng tôi, nhoẳng phát đã cưa đứt chai Vodka. Ngon tuyệt vời, song vẫn thấy chông chênh, và dường như thiếu một cái gì đó. Tôi ngơ ngác hỏi Nam Võ. Hắn suy tư rồi tự vấn, có lẽ nơi ngồi chúng ta ngồi thiếu hương đất của quê hương chăng?

Mùa nước lên, Bắc rủ tôi vào vườn xin những cây chuối hột làm bè. Hắn khoái làm bè to, và nhiều tầng. Mười hai cây chuối, chia thành hai tầng. Xiên ngang thân cây bằng những thanh tre có chốt ở hai đầu. Nhìn cái bè hắn làm cứ như những xiên thịt nướng ghép lại, nhưng rất chắc chắn. Hắn hì hục uốn mái che, rồi đan vỉ giường để có thể trải chiếu nằm ở trên đó. Chiếc bè hạ thủy, chúng tôi chèo dọc con sông giữa làng. Năm đó, nghe tin điểm học của tôi không bị vớt như mọi khi, mẹ tôi mừng lắm, mua hẳn cho tôi chiếc đàn Guitar. Bắc không khoái đàn. Nhưng thấy tôi bập bùng tự tập, hắn đi chặt hóp, hơ nóng thanh sắt để dùi lỗ, làm sáo. Đêm, trăng thượng huyền, thả cho bè tự trôi, tôi ngồi tập đàn, Bắc tập thổi sáo, nghe cứ như chửi nhau. Vậy mà rất vui. Nghe tiếng đàn, sáo, bọn trẻ con trong làng chạy ra, đứa nào cũng xin được xuống, song bè không thể chở hết...

Thời gian sau, biết tôi sắp trở về Hà Nội, Bắc buồn lắm. Hắn hay rủ tôi lang thang hết câu cá, chuyển sang làm nỏ xoan, rồi chơi cờ tướng. Hắn chơi cờ rất giỏi, chưa bao giờ tôi thắng hắn. Vậy mà kỳ này, hắn giả bộ đi những nước cờ ngớ ngẩn, để thua liên tục, làm tôi bực mình không chơi nữa.

Buổi sáng xe của cậu tôi về đón tôi bên kia cầu, chờ mãi không thấy Bắc đâu. Lúc xe sắp chạy, hắn từ đâu chạy đến, giúi vào tay tôi cuốn Chú Bé Đánh Trống. Cuốn truyện tôi để lại tặng cho hắn. Tôi đang ngơ ngác, thì xe chạy. Thoáng buồn, tôi vân vê mở cuốn sách một cách vô thức. Bất chợt, tờ hai mươi đồng kẹp giữa hai trang sách rơi xuống. Đó là số tiền khá lớn đối với chúng tôi lúc đó. Với số tiền đó có thể dư mua một cây đàn Guitar đẹp. Tôi không rõ số tiền này, từ đâu hắn có, hoặc thó ở chỗ nào mang tặng cho tôi. Và kể từ ngày ấy, đến nay tôi chưa gặp lại Bắc. Câu hỏi ấy cứ luẩn quẩn trong tôi, mỗi khi nghĩ về hắn.

Năm 2006 từ Đức tôi trở về Hà Nội. Xong việc, tôi về thăm quê, sau mấy chục năm biền biệt. Đứng giữa làng mà tôi cứ ngỡ đang ở nơi nào đó. Như miếng thịt ba chỉ, quê tôi trở nên nửa phố, nửa làng. Bất chợt, tôi nhớ đến mấy câu thơ lục bát của Nguyễn Văn Gia:

"Chẳng còn đâu

Bóng tre xanh

Quê nhà giờ đã trở thành cố hương

Ngậm ngùi ta

Giữa phố phường

Mơ...

Mùa trăng cũ

Ruộng

Vườn

Tiếng chim..."

Dòng sông, tôi và Bắc đã từng thả bè thổi sáo dưới những mùa trăng không còn nữa. Thay vào đó là dãy nhà bê-tông vô hồn, nham nhở. Nhà chị Hậu đã chuyển tuốt xuống cuối làng, cạnh bãi tha ma. Mới trên năm mươi, mà nhìn chị như bà cụ bảy mươi vậy. Rồi chị em cũng nhận ra nhau. Khóc khóc, cười cười, song dường như không vơi đi được tí ti nỗi đau, nỗi uất ức trong lòng chị. Hỏi về Bắc chị nói trong tiếng nấc: Bắc mất rồi. Mới mất hơn năm nay, mộ nó ở ngoài kia, sáng mai nước rút, chị dẫn em ra thăm. Tôi hỏi tiếp về cuộc sống và cái chết của Bắc, chị trầm ngâm: Học xong cấp ba, Bắc đi lính. Hắn đã đi qua hai cuộc chiến ở hai đầu đất nước. Sống sót trở về, mang trên mình đầy thương tích, Bắc học tiếp Đại học giao thông. Ra trường, hắn làm việc cho một công ty lớn, chuyên xây dựng cầu đường. Thời gian sau, hắn lên làm đội trưởng, rồi giám sát thi công xây dựng. Dù khắp nơi tham ô, trộm cắp, bạn bè đồng nghiệp, cấp trên, cấp dưới thúc giục, hắn cũng chỉ dám bòn rút đến mười phần trăm vật liệu xây dựng. Với hắn đó là khối lượng rất lớn, và tài sản của hắn và đồng nghiệp kiếm được cũng không hề nhỏ. Tính hắn vẫn như ngày xưa vậy, một buồng chuối chỉ dám thó một quả mà thôi. Nhưng càng ngày, hắn càng bị sức ép của những kẻ ngồi trên. Ba, bốn mươi phần trăm rút ruột công trình dường như vẫn còn lọt thỏm túi quan tham. Những con đường Bắc Giang, Bắc Ninh, Hải Phòng... với trụ cột xi măng cốt tre làm cho hắn hoảng sợ. Nhiều đêm mất ngủ, hắn quyết định, hạn chế rút ruột ngoài công trường. Miếng ăn của các sếp, các đấng ngồi trên bị cắt giảm, chỗ ngồi của hắn bị lung lay. Quyết định điều về văn phòng, và cử đi học là điều không thể tránh khỏi đối với hắn.

Vẫn còn nhiều đường đi, lối thoát, không hiểu sao Bắc dìm nỗi buồn vào trong bia rượu. Vợ con, gia đình, mọi người khuyên can, song hoàn toàn vô vọng. Và cũng chẳng phải căn bệnh xơ gan, mà chính hắn đã quật ngã hắn...

Trời về khuya. Gió đã nổi lên. Chị Hậu đứng dậy, và giục tôi vào nhà kẻo lạnh. Mùa này cũng đang mùa vỡ ải nước lên, nhưng quê tôi dường như không còn ai làm vợt, đi vớt rươi nữa. Chị Hậu bảo rươi bây giờ còn, nhưng hiếm lắm. Tôi ngước nhìn lên bầu trời, trăng hạ huyền khuyết một nửa, treo lơ lửng.

Leipzig ngày 27-9-2018

BA LAN, LAN MAN CHUYỆN

Dường như, cái tên Ba Lan (Poland) đã sớm đi vào tuổi thơ tôi. Và ký ức mang theo cái dấu ấn ấy cứ dai dẳng, thật khó gọi thành tên. Để rồi, từ đó lớn lên tôi không chỉ yêu Công đoàn Đoàn kết, mà khoái luôn cả cái món bóng đá Ba Lan, với những cái tên như: Boniek, Lato... Nguyên nhân có lẽ cũng bởi cái ngày ấy, ông cậu út từ Ba Lan về. Ông không chỉ kể về đất nước, con người nơi đây, mà còn tặng cho mẹ tôi chiếc máy may mới kính coong còn trong hộp. Dù còn bé tí, tôi vẫn tò mò tập đạp, tập may làm gãy hết cả mấy hộp kim dự phòng. Mẹ tôi không mắng, nhưng nhìn có vẻ xót xa lắm...

Sau này, cuộc sống đưa đẩy, tôi đi vào con đường buôn lậu máy khâu, máy vắt số. Hết mua gom hàng (cáy) tàu biển, rồi đến hàng thùng của những người từ Đức, từ Tiệp mang về. Thi thoảng tôi bắt gặp những đầu máy may của Ba Lan, khoái nhất là máy zickzack. Tuy giá tiền rẻ hơn máy may Nhật, đắt hơn

Veritas của Đức, nhưng: Máy Ba Lan cày vải bạt, quần bò thì thôi rồi. (Đấy là lời của những người thợ may gia công, hàng chợ).

Chẳng vậy, vào giữa thập niên tám mươi, khi sang Đức, tôi tìm mua ngay máy may zickzack Ba Lan trang bị cho các thợ may quần bò đều. Ông bà nào cũng khoái. Bởi, máy Ba Lan không những khỏe, mà đường kim mũi chỉ còn rất đẹp, và không kén vải...

Vậy mà, sống giữa trời Âu đã gần bốn chục năm, tôi vẫn chưa thể một lần đến với Ba Lan. Dù tôi có khá nhiều bạn ở đó. Hôm rồi, gã bạn Vũ Quang Vinh cựu sinh viên Đại học tổng hợp Katowice (từ cuối thập niên bảy mươi của thế kỷ trước) điện bảo: Bệnh thật rồi, Đỗ Trường sang với tôi ngay nhé!

Lấy quan điểm của "đảng ta" mà soi rọi, thì cái gã Vũ Quang Vinh này thuộc dạng hạnh kiểm yếu kém. Học xong không chịu về nước, lại còn ẵm thêm một em mắt xanh, mỏ đỏ, nhìn ngứa mắt lắm.

Bặt tin Vũ Quang Vinh đã rất lâu. Khoảng chục năm trước, tôi nhờ nhà báo Việt Hồng (Đàn chim Việt-Ba Lan) tìm gã. Rất may, nhà báo Việt Hồng biết Vũ Quang Vinh. Bởi chồng chị cũng du học Ba Lan sau Vinh một năm. Tuy nhiên, sau những năm tháng dài cùng vợ làm tham tán, hay an ninh gì đó của Sứ quán Ba Lan ở nước ngoài, gần đây Vũ Quang Vinh đã xách vali đến ở ké anh chị em người Việt buôn bán ngoài chợ rồi. Vậy là gã đã trở về với cái món văn hóa nước mắm của mình. Rất may, hắn gặp được một tâm hồn Việt đồng cảm. Tuy rổ rá cạp lại, song xem chừng sóng gió đã dịu êm. Do vậy, nhìn kỹ thấy mồm miệng gã vẫn còn cong cong, tròn tròn, chứ chưa đến nỗi lắm bẩm, méo xệch như đám gà chọi (cựu lưu học sinh) ở Đức, hay Tiệp.

Căn bệnh quái quỷ đến bất ngờ, có thể sẽ làm cho tinh thần Vũ Quang Vinh dao động mạnh, nên chúng tôi sang ngay. Để cho Vũ Quang Vinh thật yên tĩnh nghỉ ngơi, điều trị, chúng tôi thuê khách sạn Ibis budget Warszawa Reduta gần nhà gã.

Từ Leipzig, xe chúng tôi qua Dresden đón vợ chồng Bình Thu. Đã lâu Bình Thu cũng không sang Warszawa. Nhân thể sang Vinh, vợ chồng Bình Thu thăm luôn mấy người em đang hành nghề bán buôn hàng vải ở Chợ Người Việt, thuộc ngoại ô Warszawa.

Đường Autobahn (cao tốc) số 4 chạy vắt ngang nước Đức cho đến vùng biên Görlitz. Từ đây được nối với con đường cùng tên (số 4) đến tận Wroclaw (Breslau) Ba Lan. Dường như, đường cao tốc vùng phía Tây Ba Lan được xây dựng mới, hay cải tạo lại hoàn toàn. Tuy không nhiều làn xe bằng ở Đức, nhưng những điểm dừng, nghỉ như một công viên xanh thu nhỏ vậy. Với hệ thống nhà vệ sinh nước nóng, lạnh thoáng, sạch đẹp không hề thu phí. Thật tuyệt vời. Và nghe nói, từ Đức sang Warszawa chỉ có con đường này không thu tiền thuế đối với xe hơi? Kể cũng lạ, các ông Tiệp, Pháp, Ba Lan... sang Đức, xe chạy tẹt ga, chẳng mất đồng thuế má, phí tổn nào, thế mà xe từ Đức sang các bố lại cứ nọc ra nã tiền đều đều.

Chưa thể nói là đi nhiều, song những nước tôi đã đến, có lẽ không đâu đường phố nhiều cây xanh, bóng mát như Warszawa, kể cả các thành phố của Đức. Thả bộ dọc con đường từ khách sạn Ibis budget đến nhà Vũ Quang Vinh, nối tới khu chợ hoa của người Việt, đâu đó thoang thoảng mùi hoa sữa, chúng tôi cứ ngỡ mình đang đi trong (phố) công viên vậy. Mỗi bên phố, vỉa hè rất rộng, với vạch ngăn đôi người đi bộ và xe đạp. Nó được kẹp giữa bởi hai hàng cây cổ thụ sum suê, cao ngất. Và chúng tôi bắt gặp, nhiều con phố có đến bốn hàng cây như vậy. Trước cửa nhà ở, hay nhà hàng, quán ăn có những ô thảm cỏ, hay bụi cây xanh rờn. Tôi đã bước đi, nhưng Bình Thu còn tần ngần ngoái lại, lẩm bẩm: Chẳng cứ Việt Nam, kể cả ở Đức cũng vậy, những khoảnh đất đẹp như tranh vẽ này, chắc chắn chính quyền đã cho thuê hàng quán, chỗ ngồi nhậu từ lâu rồi...

Tôi không ngờ, tinh thần Vũ Quang Vinh vững vàng, lạc quan trước bệnh tật đến vậy. Mấy tuần trước, bác sĩ đã mổ cắm vào khí quản hắn một cái ống thở, có van mở ra đóng vào. Khi muốn nói chuyện hắn phải đóng cái van đó lại mới có tiếng. Vậy mà, bảy giờ hắn đã lái xe đến khách sạn, gọi bảo, đón chúng tôi đi ăn sáng. Chúng tôi đã đặt ăn cả ngày ở khách sạn, nhưng thấy Vinh lọ mọ đến, thật cảm động. Do vậy, chúng tôi bỏ ăn sáng ở khách sạn, lên xe đi cùng Vinh. Hỏi bà Nguyễn Yến (vợ Vinh) đâu? Vinh bảo, Yến đã đạp xe ra trước đặt bánh cuốn rồi.

Xe chạy một đoạn, chợt có tiếng vịt kêu quạc quạc ngay trong xe làm cho mọi người giật cả mình. Bình Thu đưa mắt nhìn quanh, rồi hỏi:

- Ông vừa đi bắt vịt về đấy hả? Bệnh tật, sức khỏe thế này vẫn không bỏ được cái món ấy sao.

Vinh lấy tay xoay xoay cái ống thở, cười cười:

- Cái ống ở cổ của tôi nó kêu đấy, chứ vịt gà gì! Mấy nay sát trùng xong, tôi còn rửa cái van đóng bằng nước nóng, nên nó bị co giãn, méo mất một chút. Do vậy, thỉnh thoảng nó kêu, đâm nhớ quê, nhớ thuở còn đi chăn vịt đồng ông ạ. Đã điện cho bệnh viện, họ bảo mai tôi vào thay cho cái mới.

Không phải là người dễ bị xúc động, nhưng ngồi bên cạnh nhìn cái ống thở phì phò, đôi lúc rít lên quạc quạc trên cổ Vinh, tự nhiên nước mắt tôi muốn ứa ra. Vinh quay sang tôi:

- Sụt sịt cái gì? Còn ngon lành. Bệnh tật chưa vật được tao đâu!

Tôi gượng cười, với cái cười như thiếu mắm muối vậy, rồi lẩm bẩm trong họng: Sang thăm hỏi động viên an ủi nó, không ngờ nó xoa nắn tinh thần lại cho mình.

Do vậy, để che lấp sự ngượng ngùng, tôi chuyển ngay sang đề tài học hành thi cử ở Ba Lan...

Mới quá bảy giờ sáng, vậy mà chợ hoa đã tấp nập. Các quán ăn rậm rịch những bước chân. Tiếng hò, gọi nhau như réo vọng hồn quê Việt. Chúng tôi đang ngơ ngác nhìn quanh, chợt có mấy ông người Digan, hay Bun, Ru gì đó, đi cứ như muốn đâm thẳng vào mình vậy. Không hiểu sao chợ này lắm người vật vờ đến thế. Mặt mũi ông nào nhìn cứ thấy gian gian, chẳng khác gì mấy ông người Việt chuyên nghề đập đá, đi bay ở chợ Berlin. Vinh bảo, cẩn thận mấy ông mãnh này.

Vào hàng đã thấy Yến đang so bát đũa bên những đĩa bánh cuốn chả đang còn bốc khói. Quả thực, ở cái tuổi lục tuần, ăn uống nhiều khi cũng phải nhìn trước ngó sau rồi, nhưng bánh cuốn nơi đây rất ngon, nên chúng tôi quất thật lực. Ăn xong, để cho các bà dạo quanh chợ, Vinh gọi thêm ấm trà, ba thằng ngồi chờ. Sợ Vinh mệt, tôi bảo:

- Ông về nghỉ đi, vài ba cây số chút nữa chúng tôi đi bộ về cũng được. Bọn mình sáng nào chẳng đi bộ dăm, bảy cây quen rồi. Nhất là được đi bộ trên phố trong rừng của Warszawa thật tuyệt vời.

Vinh bảo, không sao đâu, ông sang tự nhiên tôi phấn chấn, khỏe hơn ra, rồi đột nhiên hỏi:

- Đỗ Trường còn nhớ thằng Hà Vũ, trường chuyên (cấp 3) ở Đại học tổng hợp, rồi sang Ba Lan cùng tôi không?

- Nhớ. Vũ là bạn học và cùng làng Đồng Quỹ, Giáo Phòng gì đó với Ngô Thanh Hoàn. Năm 1978, tôi và Hoàn đến ông, có gặp Vũ mấy lần ở Trường ngoại ngữ Thanh Xuân. Nghe đâu nó đã mất. Chắc chắn ông biết rõ cái chết của nó. Và hình như, mấy năm trước khóa đại học của ông đã đưa hài cốt Vũ từ Ba Lan về Việt Nam.

Đã đưa tách trà lên môi, song nghe tôi hỏi, Vinh vội đặt xuống:

- Đúng vậy! Có thể nói, cuộc sống, hoàn cảnh của Vũ và tôi khá giống nhau. Nhưng nó không may mắn, số khổ. Học xong, tôi và nó đều bùng, không về nước. Tuy nhiên, tôi kịp cưới cô bạn học người Ba Lan, cho nên việc ở lại cũng đơn giản hơn. Còn Vũ trốn về vùng quê ở nhờ một gia đình người Ba Lan. Và lúc này hắn cũng đã có một cô bạn gái. Nhưng Vũ học sĩ quan chỉ huy tàu biển, do quân đội quản lý. Trốn ở lại, có nghĩa là đào ngũ. Do vậy, an ninh Việt Nam càng truy tìm ráo riết. Và Vũ đã bị an ninh Ba Lan bắt giữ. Trên đường áp giải bàn giao cho an ninh Việt Nam, chuyện trò thế nào, an ninh Ba Lan mới biết, Vũ can tội ở lại Balan chỉ vì tình yêu. Vậy là an ninh Ba Lan đã lập tức quay ngược đầu xe, trả Vũ về với tình yêu, và giúp đăng ký kết hôn, ổn định giấy phép cư trú. Thời gian đó, tôi đi bán hàng rong ngoài chợ trời, nuôi cô vợ sinh viên và hai thằng con sinh đôi. Còn Vũ chui hầm đào than. Một công việc nặng nhọc và nguy hiểm. Và số Vũ nhọ thực sự. Hôm ấy, nó và hai thằng Ba Lan chui hầm. Đào mệt các bố lôi rượu ra uống. Và Vũ nhìn lên trần hầm, hình như có hiện tượng sạt lở. Cũng như mọi lần, Vũ kiểm tra, chống, và vít lại những nơi đó. Hai thằng Ba Lan mặc kệ sạt lở, mặc kệ đời, cứ ngồi ực đều đều. Lúc sau, chỗ Vũ đang loay hoay tìm cách chống đỡ, thì than và gỗ đổ ập xuống. Trần sập một đoạn, và còn nghe tiếng kêu rên của Vũ, nhưng không hiểu sao hai gã Ba Lan không gọi cứu hộ? Có lẽ, do rượu chăng? Vậy là cái chết từ từ đến với Vũ trong tột cùng đớn đau, và sợ hãi...

Sợ Vũ Quang Vinh quá xúc động làm tiếng vịt kêu nơi (van) khí quản tăng tần suất, tôi cắt ngang lời Vinh bằng câu hỏi:

- Một thủ khoa khóa đại học của ngành tàu đường biển như Vũ, mà không tìm được công việc nào khác chăng?

Uống cạn tách trà, và dường như câu hỏi của tôi chạm đúng vào mạch suy nghĩ, nên Vinh cười cười:

- Không phải không tìm được việc khác, cùng lắm tạm thời đi bán hàng rong như tôi, hằng tháng thu nhập cao gấp mấy lần chui hầm đào than. Nhưng Vũ chỉ khoái công việc đó. Không những vậy hắn còn vẽ ra tương lai tươi sáng của cái nghề này. Âu đó là cái gàn gàn, dở dở của Vũ. Thật ra, cái sự học, sự đào tạo ở Ba Lan cũng khác xa với Việt Nam. Đưa sang Ba Lan, hay Nga, Đức, Tiệp học phải là những đám "gà chọi" như có lần Đỗ Trường đã viết. Tuy là những học sinh giỏi ở trong nước, nhưng sang đây chúng tôi cũng chỉ học cùng với phần đông sinh viên trung bình của Ba Lan. Về toán, lý cơ bản năm đầu, sinh viên Ba Lan hỏi chúng tôi có thể giúp anh ta không. Nhưng những năm cuối chuyên ngành vẫn chính sinh viên Ba Lan ấy hỏi lại: Chúng tôi có cần sự giúp đỡ của anh ta không.

- Như vậy, có nghĩa là sự đào tạo ở Việt Nam cơ bản là học vẹt, học chay, kể cả bậc đại học, và sau đại học? - Bình Thu từ nãy ngồi chỉ gật gù, đột nhiên hỏi lại Vinh như vậy.

Không trả lời thắng câu hỏi của Bình Thu, nhưng Vinh bảo: Tôi có một kỷ niệm thật khó quên với một giáo sư gốc Hungary dạy năm đầu đại học... Nói không ngoa tẹo nào nhé, tôi là một trong những sinh viên giải toán nhanh của khóa học. Do vậy, có lần giáo sư đưa cho một bài toán, bảo mang về nhà làm, xong đưa lại cho ông. Ngay buổi tối hôm đó tôi giải xong, và đưa lại cho giáo sư. Đọc xong, ông lắc đầu, bảo chưa được. Tôi mang về nhà giải theo cách khác, cũng có kết quả như vậy. Hí hửng mang ngay đến cho giáo sư. Tưởng được lời khen, không ngờ ông vẫn lắc đầu, không được. Bực mình tôi cãi lại, và đưa hết các công thức, định luật của bác học này, nhà toán học kia, mà mình đã dựa vào đó để để lập luận, chứng minh... Để tôi tuôn ra hết, lúc đó giáo sư vỗ nhẹ vai tôi bảo: giải theo những công thức định luật có sẵn, thì tôi cần anh làm gì. Cái tôi cần, bài toán giải theo cách nghĩ, công thức của riêng anh, và không cần biết kết quả đến đâu, như thế nào. Lúc đó, tôi mới hiểu ý của giáo sư, và sững người lại khi chợt nhận ra cái sự học gạo của mình từ trước đến nay, làm cho tập sách trên tay rơi tuột xuống đất. Quay lại, định nói một điều gì đó với giáo sư, nhưng bóng ông đã khuất sau cánh cửa nơi giảng đường...

Không để cho Vinh nói hết, Bình Thu bóp nhẹ vào vai hắn bảo:

- Chẳng cứ toán học, đến văn học cũng vậy. Đọc những bài nghị luận, phê bình, chẳng thấy cái mới, cái tôi của tác giả đâu, mà chỉ thấy trích dẫn câu nói của triết gia này, nhận định của thi bá kia, như một cái khiên/chắn cho lập luận cũ rích của mình vậy. Chán hơn cơm nếp nát. Chán hơn nữa là dẫn dắt câu nói ba lăng nhăng của ông to bà lớn hù dọa người đọc. Cái trò này, tôi chán ngấy phải học, đọc ngay từ cái thời cấp hai, cấp ba, cùng cái mớ văn mẫu vớ vẩn chẳng hiểu do đám ăn hại đái nát nào nghĩ ra...

Mặt trời đã lên ngang ngọn cây, với những tia nắng sớm vắt qua cửa sổ nơi chúng tôi ngồi. Và câu chuyện bị cắt ngang, bởi các bà vợ đã quay trở lại. Vinh đứng dậy định chở chúng tôi về khách sạn, nhưng một tài xế taxi từ đâu đi tới, nói một tràng tiếng Ba Lan. Vinh hỏi lại người lái xe, rồi quay lại bảo chúng tôi: Có ông bà Giang Huyền đã thuê ông tài xế taxi này đến chở mọi người thăm phố cổ Warszawa.

Vợ chồng Giang Huyền là em con ông cậu của Bình Thu. Giang Huyền là cựu sinh viên Đại học bách khoa Hà Nội khóa 25. Với mái đầu tóc gió thôi bay, gặp lần đầu cứ ngỡ gã học khóa 15. Nên tôi gọi hắn bằng anh, xưng em rất kính cẩn, lễ độ. Hắn vội chắp tay: Xin bác đừng làm đàn em tổn thọ.

Chẳng biết hắn có dính dáng gì đến đánh đấm, thương tật thời chiến biên giới phía bắc hay không, mà đôi chân so le với bước đi bật bông, cứ như chửi nhau vậy. Chẳng phải chỉ có dáng dấp đối nghịch, mà tâm hồn hắn cũng vậy. Gặp nhau vừa ghệ đít ngồi đã nghe hắn chửi. Hắn chửi tuốt tuồn tuột từ trên xuống dưới, chửi từ Ba Lan về đến Việt Nam. Có lẽ, gã này mắc chứng nghiện chửi? Mấy bà vợ đi cùng rỉ tai nhau như vậy. Nhưng với tôi, đó là nỗi đau, nỗi ấm ức của kẻ sĩ lỡ vận, chỉ có gã mới thấm, và hiểu...

Dòng sông Vistula không chỉ là nơi quần tụ, làm nên thành phố, mà còn là linh hồn Warszawa. Khi chúng tôi đến, những con phố cổ dường như mới bắt đầu tỉnh giấc. Nhưng nơi góc phố nhỏ đã có người nghệ sĩ già đang mải miết chơi, và bán những đĩa nhạc Chopin cũ. Tôi không phải người nghiên cứu văn hóa, nên chỉ cảm nhận được cổ thành, hay những con phố cũ ở châu Âu nơi nào cũng có nét hao hao giống nhau. Để tìm ra đặc trưng riêng của mỗi nước, mỗi thành phố cần lắm một người nghiên cứu am hiểu lịch sử văn hóa sắc tộc, vùng miền. Viết đến đây, làm tôi nhớ một lần chở vợ chồng nhà thơ Trần Mạnh Hảo sang Praha. Ở đó nhà văn Trần Ngọc Tuấn đón chào bằng món tiết canh, và nhậu thơ, rồi rong chơi. Qua lâu đài, và những cây cầu, với tình sử thuộc khu phố cổ, bác Tuấn luôn miệng hướng dẫn giảng giải. Mới đầu, bác Hảo hơi nhíu mày. Lúc sau có lẽ không nhịn được nữa, bác Hảo gắt: Trần Ngọc Tuấn dừng lại, không chỉ râu ông nọ cắm cằm bà kia, mà còn bịa ra rất nhiều điển tích. Bác Tuấn biết là bị bắt vở, nên gãi đầu gãi tai: Gớm, em chịu bác! Nhiều đoàn Việt Nam sang, hay từ các nước khác đến, nghe em hướng dẫn, giảng giải cứ gọi là tít thò lò.

Sà vào nơi bán đồ uống, rồi đến khu bán đồ lưu niệm, mặt trời đã đứng bóng, chúng tôi vòng về quảng trường chợ phố cổ Warszawa. Đi một đoạn, thấy có một cô gái Ba Lan rất đẹp đứng giữa đường chụp ảnh lấy ngay, với giá không đồng. Thấy cũng lạ, chúng tôi dừng lại. Đúng lúc cô gái đưa cho cặp người Đức tấm ảnh vừa chụp, và in ra bằng máy tự động. Có lẽ, do ảnh ghép lạ, khung cảnh, thần thái mang mang chất cổ phong nên vợ chồng người Đức khoái, nhận ảnh và bỏ 2€ vào túi của cô thợ ảnh. Có thể nói, đây là một kiểu phục vụ, kinh doanh đánh đúng vào tâm lý con người, tâm lý khách hàng. Nếu cứ ấn định giá mỗi bức ảnh một hoặc hai € chưa chắc đã có người chụp. Nhưng chụp không mất tiền, vẫn có ảnh, rất nhiều người tò mò chụp thử. Khi khách du lịch đã cầm bức ảnh của mình, cảm thấy vừa lòng, thì có lẽ không ai tiếc mấy đồng tiền lẻ. Chẳng vậy Bình Thu kéo chúng tôi chụp bằng được. Nhận ảnh gã khoái, móc ví rút tờ 20€ bỏ vào túi cô thợ ngay tắp lự. Không chỉ cô thợ ảnh ngạc nhiên, cảm ơn nhiều lần, mà tôi và Hòa cũng giật mình. Bà Thu Bình cười cười, nhưng miệng lẩm bẩm:

- Già rồi, mà trông thấy gái đẹp cứ tít cả mắt vào. Có ngày nó thiến sống...

Sáng hôm sau còn đang ngủ, Giang Huyền gọi điện đến bảo: Hôm nay các bác về Đức, đường cao tốc nào cũng buộc phải đi qua khu chợ người Việt. Do vậy, em mời các bác vào thưởng thức món phở Hà Nội ở đây rất tuyệt vời. Nghe có lý, do vậy ở khách sạn chúng tôi chỉ uống café, bỏ phần ăn sáng.

Khi chúng tôi đến, chợ còn vắng khách. Giang giục vợ đưa chúng tôi đi thưởng thức món phở Hà Nội ngay. Hỏi, ông không đi cùng sao? Các bác cứ đi, sáng nào cũng vậy, dậy một phát là em phải múc ngay. Tôi hơi bị mất hứng. Tuy nhiên, không đi ăn, ngồi lại nghe gã chửi, khoái cái lỗ tai đấy, nhưng cũng hơi bị nhức đầu.

Buổi sáng, không hiểu sao hàng phở vẫn vắng khách. Có thể nói, mỗi người có khẩu vị khác nhau, ngon với người này, chưa hẳn ngon với người khác.

Đã ăn phở ở Berlin, ở Praha, ở Budapest... nhưng với tôi không đâu chán như hàng phở Hà Nội ở chợ người Việt thuộc ngoại ô Warszawa.

Leipzig ngày 10-6-2023

GẶP CU TŨN, NHỚ ĐẾN ANH CHỦ NHIỆM CỦA NHÀ THƠ HỌ HOÀNG

Sáng nay, tôi dẫn gã bạn đến thăm mộ của nhạc sĩ thiên tài Johann Sebastian Bach ở trong nhà thờ (Thomaskirche) thuộc trung tâm thành phố Leipzig. Gã này, là bạn tôi từ thời cùng cày thuê, cuốc mướn, khi nước Đức còn chia cắt Đông - Tây. Cu Tũn, hay Cu Bệu biệt danh của gã. Biệt danh này, đeo bám cả cuộc đời, bởi sáng sớm nào đi vệ sinh hắn cũng mang theo bịch sữa tươi một lít, ngồi uống ở trong đó. Đủng đà đủng đỉnh, ai vội phải đi làm đập cửa Toilet, hắn cũng kệ. Nhiều lần bị ăn đấm sưng cả mặt, nhưng hắn vẫn chứng nào tật ấy. Chỉ kém chúng tôi vài, ba tuổi nhưng lúc nào hắn cũng ngây ngây, ngô ngô, chậm chạp, dáng dấp của ông lão sắp hồi hưu.

Bức tường Berlin sụp đổ, Cu Tũn nhận tiền đền bù về nước đợt đầu tiên. Hôm tiễn ra sân bay, cầm tay tôi, mắt hắn rân rấn như có nước, và bảo:

- Về nước chắc chắn buổi sáng, em không còn có sữa tươi để uống. Nhưng ở lại em sợ, không biết làm gì để sống. Chả lẽ, cứ dựa mãi vào các anh!

Nghe Cu Tũn nói, và nhìn cái dáng lạch bạch của hắn khuất sau cánh cửa phòng chờ, làm tôi cứ đứng tần ngần mãi...

Vậy mà, không hiểu bằng cách nào, gần chục năm sau, nghe nói, Cu Tũn đã là giám đốc nhà máy, hay công ty gì đó. Rồi ngay sau đó, lại có tin hắn phọt một phát lên cục trưởng của một bộ lớn. Với Cu Tũn, lúc đầu tôi không tin cho lắm. Nhưng mấy hôm sau, có người bảo, Cu Tũn đang diễn thuyết trên truyền hình. Tôi vội bật máy, thấy có gã miệng nói liên thanh, tay chém gió cứ phầm phập. Tôi hoa mày chóng mặt, vẫn còn mơ hồ. Chỉ khi tiếng vỗ tay rầm rầm, gã bước xuống, với khuôn mặt bóng loáng như phớt qua một lớp mỡ trên chảo nóng vậy, nhưng dáng đi chàng hảng (chữ bát) không hề thay đổi, bất chợt tôi buột miệng: Đúng... đúng Cu Tũn...! Cu Tũn của ta đã lột xác thật rồi!

Lên đến cục trưởng, có lẽ sáng sáng Cu Tũn không sợ thiếu sữa tươi, sữa chua để mang vào nhà vệ sinh vừa giải quyết nỗi buồn, vừa uống nữa. Thế cũng mừng cho hắn, miệng tôi cứ lẩm bẩm mãi như vậy.

Năm nay, Cu Tũn lục tuần. Ấy là tính âm lịch theo các cụ, chứ dương lịch hắn còn năm nữa mới tròn tuổi hưu. Do vậy, thấy hắn sang Đức đột ngột, tôi hỏi:

- Sợ vào lò bát quái hay sao, mà chuồn sang đây sớm vậy?

Không đi thẳng vào vấn đề, nhưng hắn dùng hình ảnh ví von so sánh làm tôi hơi bị sững, bởi ngạc nhiên:

- Căng quá, đàn sẽ đứt dây. Non một chút sẽ bền bác ạ!

Trên đường đưa Cu Tũn vào Thomaskirche đi bộ qua dòng sông nhỏ ở trung tâm thành phố. Nhìn dòng nước trong xanh, hai bên là quán xá, văn phòng nối tận ra khu nhà vườn và trường Sportgymnasium (Trường trung học thể thao) rồi đổ ra sông lớn Weiße Elster, Cu Tũn chép miệng, hỏi đổng:

- Mấy chục năm khu nhà vườn này vẫn còn y nguyên nhỉ? Ở Việt Nam khu đất vàng này... xẻ thịt từ lâu rồi.

Thấy hắn ấp úng, rồi bỏ qua cái (tình thái) từ: được, hay bị xẻ thịt, tôi cười cười bảo:

- Gớm, đã về ôm đít vợ, và sang đến đây rồi vẫn còn lươn lẹo, đánh tráo từ ngữ bản chất sự việc. Nhập nhằng, úp mở thế, chả trách người dân căm ghét, coi thường bọn chức quyền bảo kê các bố và bọn gặm đất trọc phú cũng đúng thôi...

Cổ đã gân lên, nghĩ thế nào Cu Tũn lại xuống giọng:

- Bác nói thế cũng phải. Song nằm trong cái guồng máy đó, không quay đúng nhịp, nó vật chết tươi ngay. Bác không trong hoàn cảnh, địa vị đó nên to mồm nói phét là phải.

Bất chợt, cơn mưa rào cuối hạ ập xuống, tôi và Cu Tũn đứng nép vào mái hiên. Nhìn bong bóng tan theo dòng nước, cuồn cuộn đổ xuống dòng sông dưới chân cầu, Cu Tũn quay lại tôi, với cái giọng trầm tầm đầy cảm thán:

- Sông ngòi, ao hồ, thiên nhiên nơi đây còn nguyên vẹn, nên mưa lớn như vậy, mặt đường vẫn sạch khô. Trận mưa này ở Hà Nội, Sài Gòn chắc chắn nước sẽ ngập tới bụng người ngay. Đúng là, trái với tự nhiên, đi ngược lại quy luật cuộc sống, đều bước vào con đường tử bác ạ.

Bất ngờ trước câu nói của hắn, nên tôi mở bàn tay hắn, và bảo:

- Mấy chục năm làm lãnh đạo ông cứ im thin thít như thịt nấu đông. Bây giờ về ôm đít vợ, thông suốt thì làm chó gì. Bàn tay nào cũng vậy, nhúng chàm khó rửa lắm.

Cu Tũn lặng im. Và câu nói: trái với tự nhiên, đi ngược lại quy luật cuộc sống, đều bước vào con đường tử của hắn, chợt làm tôi nhớ đến Anh Chủ Nhiệm, một bài thơ cổ động của nhà thơ họ Hoàng, nguyên Viện trưởng Viện văn học Việt Nam. Bắt thiên nhiên phải cúi đầu, nhà thơ họ Hoàng đã vẽ ra bức tranh xã hội, và con người mới xã hội chủ nghĩa: *"Anh giơ tay vẽ giữa đồng xanh/ Vẽ cả ngày mai thành bức tranh"*. Và rồi Anh chủ nhiệm, cùng bức tranh tươi sáng đó ngoẻo củ tỏi, kịp để nhà thơ họ Hoàng viết lời ai điếu đưa nhau xuống tuyền đài.

Cứ tưởng Anh chủ nhiệm, và chiếc bánh vẽ đó đã mồ yên mả đẹp, nhưng thật không ngờ, Anh đã đội mồ sống dậy. Cùng với bọn trọc phú mì tôm từ Nga, Ukraina, Anh chủ nhiệm hè nhau cạp đất, phá rừng, tàn sát biển. Nghệ thuật biến của công thành của riêng, biến đất trồng thành villa, biệt thự đạt tới mức thượng thừa. Sự bần cùng hóa của người dân vô tội luôn tỷ lệ nghịch với cái giàu có, tàn nhẫn, bỉ ổi của Anh chủ nhiệm, bọn trọc phú. Không còn: áo nâu bạc màu bay với gió, và lò gạch xây cao, đường thẳng tắp.

Anh chủ nhiệm mới đóng cọc Hồ Tây xây nhà hát, phá nát Hà Nội, còn giết chết cả Văn hóa xứ Đoài. Và nghe đâu, Anh chủ nhiệm còn vẽ đường để bọn trọc phú (mì tôm Ukraina) biến Hạ Long dưới nước thành Hạ Long trên cạn, thu tiền trên những thước đất vừa "dời non lấp bể"... Thật vậy, cưỡng lại tự nhiên, phá nát thiên nhiên là con đường tự diệt ngắn nhất.

Mưa chợt tạnh, nắng luồn qua từng kẽ lá, và gió hắt lên từ mé sông. Thấy tôi mặt đần đần, nghệt nghệt, Cu Tũn huých khuỷu tay vào mạng sườn tôi hỏi:

- Bác nghĩ gì mà mặt đần thối ra vậy?

- Thấy ông nói: trái với tự nhiên, đi ngược lại quy luật cuộc sống, đều bước vào con đường tử hay quá, làm tôi tự nhiên nghĩ đến: Anh chủ nhiệm của Hoàng Trung Thông và...

Cu Tũn cười cười:

- Có nhiều Anh chủ nhiệm mới, và đám trọc phú sinh sôi nảy nở chẳng qua dân trí Việt ta còn quá thấp. Cái tư tưởng của cụ Phan Châu Trinh từ những năm đầu thế kỷ trước đến nay vẫn còn nguyên giá trị bác ạ. Cha mẹ không quỳ, không lạy, một đồng, một cắc cũng tiếc, vậy mà vung tay cúng đường, dập đầu quỳ lạy tuốt tuồn tuột đám sư giả, sư đểu. Bác bảo làm sao mà khá được...

Nghe Cu Tũn, một Anh chủ nhiệm mới nói về chính mình, và đám (ô) trọc phú, quả thực chính xác không gì bằng. Nắm chặt tay hắn tôi bảo:

- Tay nhúng chàm thật khó rửa, nhưng nói ra được có lẽ nó cũng nhẹ đi được phần nào chăng?

Hắn cười khùng khục, rồi thoi vào bụng tôi một phát đau điếng: Bác chỉ được cái nói móc, nói đểu không ai bằng.

Leipzig ngày 17-8-2022

TẢN MẠN NHỮNG NGÀY HÈ BUDAPEST

Thời tiết nước Đức năm nay thật đỏng đảnh. Bất chợt có những cơn lũ quét ngang hình đất nước, cuốn đi hàng trăm sinh linh, tàn phá nhiều thị trấn, và làng mạc. Vào trung tuần tháng tám, đất trời mới chớm vắt sang thu, vậy mà những cơn mưa rào tháng sáu còn trở lại. Đang buồn buồn, ngồi nhìn những bong bóng nước phập phồng sau mái hiên nhà, chợt có tiếng chuông điện thoại phá tan sự yên lặng ấy. Cầm máy, chưa kịp chào hỏi, từ Dresden Bình Thu đã nói một thôi một hồi, cứ như thể ấn định sẵn cho nhau vậy:

- Vừa bàn với Nam Võ, thứ bảy đi Budapest, ông chuẩn bị xe pháo, giấy chứng nhận tiêm chủng cho ngon lành vào nhé!

Thật ra, châu Âu đã gỡ bỏ giãn cách xã hội, đi lại, du lịch tự do qua cửa khẩu các nước từ những ngày đầu hè năm nay. Tâm lý người châu Âu dường như không còn sợ hãi dịch bệnh như những ngày của đầu năm ngoái. Tuy nhiên, vẫn phải mang theo giấy chứng nhận đã tiêm phòng Corona (CovPass) cho chắc ăn. Quả thực, không có gì tàn phá kinh tế, xã hội, giết người kinh sợ bằng dịch bệnh Wuhan. Châu Âu dịch bệnh có thể sẽ quay trở lại mạnh hơn vào mùa đông tới, nhưng tôi tin, không còn tình trạng giãn cách xã hội nữa. Vâng, ngày tháng kinh hoàng ấy đã qua rồi. Tuy nhiên, sự giãn cách xã hội ở Đức, không song sắt, nghẹt thở như ở Việt Nam. Các cửa hàng ăn, thực phẩm, chợ búa vẫn hoạt động, người dân vẫn đi lại thăm hỏi, ăn uống với tinh thần tự giác. Nhà nước đền bù tất cả những tổn hại do giãn cách xã hội đến từng công ty, cửa hàng, và người dân bằng tiền tươi thóc thật ngay tức thì. Và cái chính, nước Đức thừa thuốc để tiêm chích cho người dân. Tuy nhiên, hiện nay vẫn nhiều cuộc biểu tình đã nổ ra chống lại việc hạn chế đi lại, hội hè của người dân, mà nhà nước đã ban hành. Bởi, tự do là quyền cơ bản của con người. Thật vậy, đến nay rất nhiều người Đức dứt khoát không tiêm Vaccine. Riêng tám gia đình thuê ở nhà tôi, chỉ có bốn hộ tiêm phòng. Còn bốn gia đình nhử tiền cũng phẩy tay, không chích. Viết về cái món tiêm phòng dịch cúm Tàu này, làm tôi nhớ lại hôm tháng sáu vừa rồi: Mận vườn nhà chín nhiều quá, gọi cho không ai lấy, rụng đầy gốc. Đang viêm họng phải đi nhặt gom cho vào thùng rác, kể cũng mệt. Bực mình, tôi cắt cành khi quả còn chưa rụng đem vứt đỡ phải nhặt. Cắt và vứt xong, lò dò đến gã bác sỹ nhà (Hausarzt) xin mấy viên thuốc kháng sinh cho nhanh khỏi. Đến nơi, giả vờ ho sù sụ. Gã bác sỹ vừa tiêm Vaccine cho một bà sồn sồn xong. Thấy tôi, gã ngoắc tay: Vào đây, vào đây... Gã bác sỹ này là con một đồng nghiệp của tôi hồi còn làm ở Nhà máy thực phẩm (lò mổ) Leipzig. Do vậy, thân thiết từ khi gã còn mặc quần thủng đít cho đến giờ. Phòng khám của gã có 3 bác sỹ, và khoảng 5, hay 6 y tá, xét nghiệm gì đó, nhưng ai cũng khoái ăn đồ châu Á, nên càng thân với tôi hơn. Chưa kịp ngồi xuống ghế, gã bảo, há mồm ra cho bác sỹ thực tập test Corona. Tôi xua tay, tao vừa test xong, ngon lành cành đào. Gã bảo, vừa test, vào đây cũng phải test lại. Tôi cãi, tao chích Vaccine 2 lần cách nay gần 2 tháng rồi. Yên tâm đi. Gã bác sỹ cười đùa: Há mồm ra nhanh, không tao chích cho phát Vaccine nữa bây giờ. Quay lại, nhìn trên khay của gã thấy toàn thuốc Pfizer Biontech. Tôi hỏi, sao chỉ có thuốc này thôi à? Gã bảo, chỗ tao chỉ chích loại này. Test và khám xong, gã phán, họng hơi đỏ, cho thuốc ho nước về ngậm nhé, vài ngày hết ho thôi. Tôi bảo, tao muốn liều kháng sinh cho nhanh ván. Ở Việt Nam hễ tao bị, liều kháng sinh là ngon lành ngay. Gã lừ mắt, không được... không được. Thấy tôi còn lèo nhèo, gã cười cười, rồi quát: Mày là bác sỹ, hay tao là bác sỹ đây! Về, về... Ra cửa tôi còn bực mình lẩm bẩm: Nhớ nhé! Lần sau ăn đồ châu Á, cậu dứt khoát sẽ quên cho muối vào bát của mày.

Nhắc lại câu chuyện thật mà vui vui này, để thấy nước Đức nói riêng và châu Âu nói chung, tuy sống tự do, thoải mái, nhưng quản lý thuốc rất chặt chẽ. Khâu chuẩn bị chống dịch rất bài bản, khoa học, chứ không bóp nghẹt không gian sống như ở Việt Nam. Không nói Đức, ngay cả Ba Lan không sản xuất ra Vaccine, vậy mà họ vẫn thừa thuốc tặng, và bán lại cho Việt Nam với giá gốc...

Chặng đường 800 km từ Leipzig đến Budapest, chúng tôi buộc phải mua thuế đường cao tốc của ba ông: Tschechische, Slowakei và Hungari. Mấy ông bạn đi nhiều bảo, nên mua Online, chứ qua đó mua bị chặt chém khi trả bằng tiền Euro, nhất là cái ông Slowakei. Thật lạ, xe mấy ông này sang Đức chạy Autobahn (cao tốc) rộng thênh thang, ga số mút chỉ cần câu chẳng phải trả đồng chó nào. Vậy mà xe từ Đức sang là các bố đè ra nã tiền thuế đường. Kể cũng hơi bực mình... Quả đúng như lời mấy ông bạn, khi chạy đến Slowakei, chúng tôi dừng xe để nghỉ, và bơm xăng. Tôi trả bằng tiền Euro. Chẳng biết mệnh giá đổi chác như thế nào, bấm máy một lúc, gã thu tiền lấy chúng tôi đúng 2€/liter. Tôi im lặng, trả tiền. Thu (Bình) ấm ức, xổ ra một tràng tiếng Anh: Sao đắt thế...? Hắn trả lời, sếp của tao bảo vậy. Cấm cãi.

Giời đất, vậy thì khác chó gì mấy ông, mấy bà cơm chặt, cơm chém trên Quốc lộ (1) Bắc Nam ở đất Việt quê hương tôi.

Vào đất Hungari, mưa nhẹ làm cho cái nắng dịu đi phần nào. Đường Autobahn (cao tốc) tuy không được như ở Đức, nhưng khá rộng rãi, với những trạm xăng, nơi nghỉ rợp bóng cây, và sạch sẽ hơn Slowakei rất nhiều. Hàng quán, trạm bơm xăng có bảng giá tiền của Hung và Euro thật rõ ràng. 1,40€/liter, tôi bơm đầy ự bình xăng. Mọi ấm ức dường như đã tan biến. Dưới rừng cây xanh ngắt, Nam Võ khoái chí mở bia cứ bôm bốp, rồi máu lên mở hộp đàn Guittar rủ Bình Thu đàn hát cho khí thế, liền bị mấy bà vợ nguýt lườm: Hâm à! Giữa đường, giữa chợ đàn hát gì...!

Chúng tôi đến Budapest, mặt trời đã khuất dần về phía bên kia cầu Erzsebet. Dường như, chỉ còn vài tia nắng quái cuối ngày rọi xuống dòng sông Danube rồi hắt ngược lên những thân tàu vừa cập bến một màu vàng nhạt. Bằng cháu của Bình Thu, một cựu sinh viên Đại học Budapest, hiện đang làm việc ở nơi đây, đón ở khách sạn, và đưa ngay chúng tôi thăm thành phố...

Chẳng biết dòng sông Danube cắt đôi Budapest, hay chín cây cầu đã nối đôi bờ Buda và Pest để thành phố có những giai thoại lịch sử đầy huyền ảo đến vậy. Về kiến tạo, địa lý hay ý nghĩa lịch sử đôi bờ Buda và Pest, có lẽ khác với dòng sông Elbe cắt đôi Dresden thành: Altstadt và Neustadt. Nhưng về thương mại, sinh hoạt văn hóa, dường như hai thành phố này có nét tương đồng chăng? Và dù cách nhau chỉ một dòng sông, song Buda và Pest rất khác nhau về địa vật, và lối sống văn hóa cư dân. Nếu bờ Buda là vách núi cao với những lâu đài cổ kính trầm mặc, thì bên bờ Pest là một bình nguyên bằng phẳng với dinh thự, phố phường sầm uất, cùng những nhà hàng, khách sạn trải dài theo dòng nước trôi. Tôi đã đến sông Seine/Paris, đi qua cầu Tình (Charles Bridge) trên sông Moldau Praha, hay lên thượng nguồn dòng Donau từ Rừng Đen (Schwarzwald) Đức Quốc, nhưng chưa có nơi nào mang lại cho tôi nhiều cảm xúc như khi đến với Danube, Budapest. Bởi, khi đứng trên cầu cao Chain, ta như thấy cả núi sông thành quách, và cả miền đồng bằng với những tiếng vó ngựa, tiếng gươm khua từ ngàn năm trước vậy. Đêm chưa khuya, mà tôi tưởng mình đi về miền cổ tích. Nước lặng im dưới chân cầu mà tưởng như có ngàn con sóng vỗ. Và nếu ví Budapest là một bức tranh, hay một bài thơ hoài cổ, thì tôi nghĩ, chất trữ tình đậm nét ở nơi đây. Vâng, một cảm giác thật kỳ lạ khi đến với Budapest.

Tôi chưa biết nhiều về Budapest, mà chỉ có cảm giác như vậy, khi lần đầu đặt chân đến nơi đây. Thấy chúng tôi có vẻ rã rời, Bằng đưa chúng tôi vào một nhà hàng bên sông, và bảo:

- Súp cá là món quốc hồn quốc túy ở nơi đây đấy!

Nghe có lý, mỗi người gọi một bát ăn khai vị. Đã về đêm, vậy mà trời vẫn khô và nóng. Cái nóng Budapest chẳng khác gì ở Sài Gòn. Chúng tôi ực chưa cạn vại bia đầu, món súp cá đã được mang ra. Giời đất ạ! Sáu, bảy cái vại sành chứ không phải là những bát súp. Sức lực còn trai tráng như Bằng mà ngắc ngứ mấy tăng cũng không hết. Còn chúng tôi sáu người, ép nhau mãi mới hết được hai vại. Nhìn sang bàn bên của mấy ông tây bà đầm, vại nào cũng sạch trơn, làm cho Bình Thu phải thốt lên:

- Dạ dày của người Ungarn quả là vĩ đại... Mà sao nhìn thanh niên nào cũng có nét của chiến binh Mongolei ấy nhỉ?

Có lẽ đã được học qua ở Trường Văn Hóa chăng? Nên Nam Võ có vẻ hào hứng lắm, quay sang Bình Thu: Người Hungari có bộ lạc gốc gác từ châu Á, đặc biệt từ Mongolei. Rồi Nam Võ kéo lùi thời gian về thế kỷ thứ 13, và giảng giải khá kỹ về trận chiến Mohi thật dã man của đội quân Mông Cổ với người Hungari. Sự xâm chiếm, đô hộ ấy, người Mongolei để lại cho Hungari những hậu quả rất lâu dài. Tuy nhiên, hiện nay chính phủ Hungari rất ưu ái với những học sinh, sinh viên đến từ Mông Cổ...

Tôi không biết, nguồn gốc cái món súp cá này, nhưng nó giống y chang món Gulaschsuppe ở Đức, về rezept, mùi vị, chỉ có khác chăng là cá, hay thịt mà thôi. Thành thật mà nói, món súp cá quốc hồn quốc túy này của Hungari, độ ngon không thể sánh bằng món canh chua cá của người Việt ta. Cả ba bà: Hòa,

Thu, Huệ đều thốt ra như vậy. Tuy nhiên, sau những ngày ăn hàng uống chợ ở trung tâm Budapest, phải nói ngon nhất vẫn là cái món thịt bò Argentina nướng trên thớt đá ở quán cạnh khách sạn nơi chúng tôi ở, trên phố Väci utca. Chẳng vậy, ông nào cũng xơi tái hai thớt (suất). Chỉ có ba gã, mà ngất ngưởng cả chục lít bia.

Nghe gã bạn Vũ Quang Vinh cựu sinh viên Ba Lan bảo, năm quái nào vợ chồng hắn cũng phải sang hồ Balaton một lần. Hắn tả có vẻ mong manh sương khói lắm, chẳng khác gì Từ Thức đến với Động Tiên. Do vậy, đến Budapest, chỉ ngày hôm sau chúng tôi đến Balaton ngay. Cách Badpest khoảng chừng 120km về phía tây nam, Balaton rộng gần 600km². Chúng tôi đến thật sớm, vậy mà các bãi tắm đã kín người. Có lẽ, là ngày cuối tuần chăng? Tôi tìm mãi mới có chỗ đậu xe, tưởng chừng cả Trung Âu dồn về đây vậy. Cảnh vật nơi đây thật đa dạng. Có một điều lạ, trong cái hiện đại, quy củ, nhưng vẫn cho ta cảm giác chưa có bàn tay của con người đụng đến. Cái hoang sơ ấy, như cho ta sự mơ màng ngay cả khi đi trên con đường vòng quanh hồ. Quả là tuyệt vời như lời gã Vũ Quang Vinh đã nói. Hồ nước nông, sạch nên các bà khoái tắm, và bơi lội. Tuy nhiên, mấy thằng tôi lại khoái ngồi dưới giàn nho, ăn cá nướng từ sông Zala, uống một vại Dreher bia mát lạnh, quả thực không còn gì bằng...

Chiều. Nắng nhạt dần. Đứng trên con đường bao quanh Tu viện Tihany, như thấy có đàn thiên nga trộn vào những cánh buồm trắng đang trôi lạc vào bờ vậy. Hình ảnh ấy, không hiểu sao làm tôi nhớ đến vở kịch Hồ Thiên Nga, với những truyện cổ tích lãng mạn, đậm chất trữ tình của Nga.

Tôi không phải là người lãng mạn, nhưng hồn mình cũng cảm thấy rung rinh.

Leipzig ngày 31-8-2021

CHUYỆN VẶT
ĐÊM GIAO THỪA

Vào những ngày Tết, ngày xuân buồn buồn, tôi thường nghe nhạc của Văn Phụng. Năm nay, có lẽ tâm trạng có chút thay đổi, nên tôi khoái ca khúc: Mùa Xuân Đầu Tiên của Văn Cao. Có thể nói, đây là ca khúc với điệu Valse nhẹ nhàng, lời ca đẹp, tình cảm da diết, được Văn Cao viết vào cuối năm 1975, đầu 1976. Dường như, khi viết ca khúc này, Văn Cao đã trộn tất tần tật buồn vui, đau đớn, yêu thương giận hờn vào trong đó. Vì vậy, giai điệu, lời ca ấy, đã cho tôi nhiều cảm xúc, tâm trạng khác nhau, khi nghe. Tuy nhiên, với những hình ảnh làn khói bay trên sông, cùng tiếng gà gáy trưa cô đơn, hoang vắng, một khung cảnh rờn rợn đến như vậy, vẫn không làm mất đi sự tin tưởng của người nhạc sỹ về tương lai: *"Từ đây người biết quê người/ Từ đây người biết thương người/ Từ đây người biết yêu người"*. Dường như, trong cái tâm trạng hân hoan, tràn đầy lạc quan và hy vọng, Văn Cao đã quên khuấy mất Vũ Hoàng

Chương, Doãn Quốc Sỹ... những bạn văn của ông đang nghỉ mát ở Chí Hòa. Hay các cán binh miền Nam đang được điều dưỡng, chăm sóc tận tình ở núi rừng Tây Bắc. Vâng! Cái tình, từ đây người biết thương người, mà Văn Cao nhắc đến và hoan ca chắc chắn không có ở những nơi đó. Trải qua mấy cuộc bể dâu, từ Cải cách ruộng đất, đến Nhân văn giai phẩm, lên bờ xuống ruộng như vậy, không hiểu sao trái tim mẫn cảm của người nghệ sĩ vẫn còn ngây thơ, cả tin đến vậy. Và có lẽ, đây không chỉ là những lời ca viết theo yêu cầu, đặt hàng, mà nó như một bài thơ giãy bày tâm trạng thật của nhà thơ chăng:

"Rồi dặt dìu mùa xuân theo én về

Mùa bình thường mùa vui nay đã về

Mùa xuân mơ ước ấy đang đến đầu tiên

Với khói bay trên sông, gà đang gáy trưa bên sông

Một trưa nắng cho bao tâm hồn.

Rồi dặt dìu mùa xuân theo én về

Người mẹ nhìn đàn con nay đã về

Mùa xuân mơ ước ấy đang đến đầu tiên

Nước mắt trên vai anh, giọt sưởi ấm đôi vai anh

Niềm vui phút giây như đang long lanh.

Ôi giờ phút yêu quê hương làm sao trong xuân vui đầu tiên.

Ôi giờ phút trong tay anh đầu tiên

Một cuộc đời êm ấm.

Từ đây người biết quê người

Từ đây người biết thương người

Từ đây người biết yêu người.

Giờ dặt dìu mùa xuân theo én về

Mùa bình thường, mùa vui nay đã về.

Mùa xuân mơ ước ấy xưa có về đâu

Với khói bay trên sông, gà đang gáy trưa bên sông

Một trưa nắng thôi hôm nay mênh mông."

Không hiểu sao, mỗi lần, nghe ca khúc Mùa Xuân Đầu Tiên của Văn Cao, lại làm tôi nhớ đến bố tôi. Ông nguyên là học sinh trường thuốc Nam Định. Đang học ông bỏ nửa chừng, về nhà tự nghiên cứu. Có điều chắc chắn, bố tôi không có bằng tú tài, song ông rất giỏi tiếng Pháp. Theo chú tôi, người đã đỗ tú tài trước 1954, khi còn đi học, có lúc còn phải nhờ bố tôi phụ đạo tiếng Pháp. Chẳng vậy, ông nội tôi can tội nuôi giấu sư Phi, và mấy ông Việt Minh CS, bị Pháp phát hiện định đốt lán trại ngoài đồng mấy lần, nhờ có bố tôi giỏi tiếng Pháp giải thích, chuyện trò mới thoát. Năm 1965, Mỹ ném bom miền Bắc, không hiểu sao bố tôi không đưa chúng tôi về quê nội ở Cát Chử, Trực Ninh. Dù bị đội cải cách tịch thu hết ruộng đất tài sản, ông bà nội tôi vẫn còn căn nhà tạm cạnh từ đường của dòng họ. Hoặc về quê ngoại làng Hành Thiện, Xuân Trường. Bởi, nhà cửa của ông bà ngoại tôi vẫn phải nhờ người cháu trông coi, từ những thập niên ba mươi, khi chuyển về làm việc ở Sở dây thép (bưu điện) Hà Nội.

Chúng tôi được ông đưa về sống ở miền quê ven biển, nhưng phải nói, rất đẹp và hiền hòa. Làng được cắt làm hai, bởi một nhánh sông nhỏ, một bên Lương dân, và một bên là Giáo dân. Năm ấy đói, trời rét đậm, Tết đến với dân làng rất buồn.

Tôi quen và thân với thằng Cối, con ông Bốn, nhà ở bên kia sông. Lớn hơn tôi cả cái đầu, thừa tuổi vào lớp vỡ lòng, nhưng không hiểu sao nó không đi học, nhưng chăm đi lễ nhà thờ. Có lẽ, cái tên vận vào, nó ăn nhiều và khỏe, nặng như cái cối đá lỗ vậy. Chiều ba mươi Tết, không biết do ăn uống, hay nó bị bệnh gì đó có vẻ nặng lắm. Ông Bốn vác nó đến trạm xá. Mấy y sĩ, y tá loay hoay chữa trị mãi không được. Nhìn Cối, mọi người đều bảo, thằng này sắp đi rồi, về chuẩn bị quan tài cho nó. Ông Bốn khóc rống lên, rồi miệng lẩm bẩm tụng kinh. Lúc sau, ông cuộn thằng Cối vào chiếc chăn bông và bảo, đưa nó về, có chết thì chết ở nhà. Tôi sợ quá, chạy về kể cho bố tôi. Nghe xong, ông bảo, làm gì mà chết dễ thế. Rồi ông với hộp đồ nghề, lật đật đi sang nhà thằng Cối. Tôi và mấy thằng đầu ngõ thấy vậy, cũng chạy theo để xem tiếp.

Đến nơi, thấy ông Bốn đang tháo cánh cửa chuẩn bị đóng quan tài. Bố tôi bảo ông Bốn hãy dừng tay, để khám lại cho thằng Cối, xem thế nào đã. Ông Bốn chạy vội lại vén màn lên. Khám cho thằng Cối xong, bố tôi bảo, cháu chưa chết. Còn nước còn tát, tôi thử chữa cho cháu, nhưng nếu không qua khỏi, ông không được kiện cáo gì. Ông Bốn ngồi bệt xuống ngưỡng cửa, hai tay vò đầu: Bác cứ yên tâm, tôi thề dưới chúa, sẽ không có gì xảy ra. Hơn nữa, trạm xá đã bó tay trả về rồi...

Bố tôi giục người nhà, đun nước sôi, khử trùng xi lanh, tiêm cho thằng Cối, rồi hì hục chữa trị. Không biết, bố tôi tiêm thuốc gì cho thằng Cối lúc đó, nhưng khi viết những dòng chữ này, tôi nghĩ, có lẽ đó là thuốc trợ tim. Lúc sau, thấy ông Bốn chạy ra sân bảo, thằng Cối đã ngọ ngoạy, và mở mắt ra được rồi. Vậy là, thằng Cối đã sống lại...

Mấy hôm sau, thằng Cối khỏe mạnh, ăn uống như thường. Ông Bốn dẫn nó sang nhà cảm ơn bố tôi. Hai ông đang chuyện trò, bất chợt có mấy ông công an, dân quân du kích xộc vào bắt bố tôi, và tịch thu đồ (y tế) hành nghề, bởi can tội chữa bệnh lậu. Ông Bốn đứng dậy can ngăn, bênh vực bị dân quân du kích đẩy úp mặt vào tường. Ở ủy ban, hết công an đe nẹt, dọa dẫm, lại đến ông Mùi trưởng ban địa chính quát nạt về đất đai gì đó, vì bố tôi mới đến, không phải là người bản xứ. Đang vỗ bàn, đập ghế, đột nhiên, ông Mùi dừng lại, rồi ôm bụng kêu đau. Mọi người vội xúm vào đưa ông sang trạm xá, trong số ấy có cả bố tôi. Nắn bóp một lúc, người y tá lấy thuốc giảm đau, định tiêm cho ông Mùi. Bố tôi đứng cạnh, vội ngăn lại: Triệu chứng đau ruột thừa, tiêm thuốc sẽ giảm đau, kéo dài thời gian có thể vỡ ruột, dẫn đến tử vong. Phải đưa ngay bệnh nhân đến bệnh viện để chụp chiếu và có thể phải mổ.

Chần chừ một lúc, người y tá mới đồng ý cho người nhà ông Mùi thay nhau cáng ông lên bệnh viện...

Vài tuần sau, ông Mùi đến nhà, nói lời cảm ơn, và vỗ vai bố tôi cười ha hả: Nếu hôm ấy, chúng tôi không bắt ông ra ủy ban, thì tôi đã đi ngủ với giun rồi.

Và từ đó, không thấy ông Mùi còn dọa nạt bố tôi nữa...

Thật ra, các ông cán bộ nơi đây đều thừa hưởng văn hóa làng xã, hiền lành chất phác. Nhưng con người, dường như cứ có tý chức quyền là hoàn toàn biến đổi bản chất. Quyền lực, như một thứ thuốc phiện, không có giới hạn. Nhất là thứ quyền lực độc tôn, không có sự kiểm soát, kiềm chế.

Phải nói, bố tôi là người chịu khó đọc sách, cả những sách viết bằng tiếng Pháp, nhất là sách y khoa ở các giáo trình bậc trung học và đại học. Có lẽ, nhờ vậy bố tôi biết rõ bệnh tình của mình. Một căn bệnh ung thư quái ác, khi ông còn rất trẻ. Và bố tôi mất cũng vào một buổi sáng cuối xuân, thời gian mà ông biết trước. Bố mất đi để lại một khoảng trống không có gì có thể bù đắp trong tôi. Và từ đó, bước chân của một thằng bé mồ côi, là tôi, dường như hoàn toàn không có định hướng.

Cách nay, mấy chục năm tôi sang thăm ông cậu họ Đặng là quan lớn của quận Ba Đình, đang đi học, hay thăm quan gì đó ở Trường hành chính Paris. Buổi tối gặp cả Cù Huy Hà Vũ ở đó. Đang lang thang trên đường phố Paris, tự nhiên tôi bật khóc. Cù Huy Hà Vũ vỗ vai tôi hỏi, sao ông lại khóc. Tôi bảo, rất nhớ bố tôi, và món tiếng Pháp, cũng như cái vốn văn chương Pháp của ông. Ước gì lúc này ông đang đi bên cạnh tôi.

Vũ bóp chặt vai, nhìn tôi có vẻ ái ngại lắm...

Có lẽ, nhờ cái gen di truyền của bố mà tôi cũng khoái đọc sách, và đọc rất nhanh. Đọc nhiều đâm ra buộc phải viết. Viết để nó tiêu đi những gì mình đã được tiếp cận, thu lượm. Bằng không, nó vón lại, phát điên, phát bệnh chẳng đùa đâu. Chứ dòng họ nhà tôi có ông quái nào dính dáng đến chữ nghĩa văn chương đâu.

Nhớ cách nay vừa tròn 30 năm, khi bức tường Berlin sụp đổ, chúng tôi chạy lung tung, loạn xì ngầu cả. Tôi gặp lại vợ chồng Hiển (Liên) ở trại tị nạn Tây Berlin. Hiển Liên làm ở nhà máy dệt Leipzig, do Nguyễn Hải Đăng bạn tôi làm thông dịch. Chúng tôi ở cùng khu nhà trên đường tàu 8, quận Grünau. Hiện vợ chồng Hiển Liên đang làm ở nhà máy sản xuất ghế đệm xe hơi ở thành phố Regensburg.

Hiển người Sài Gòn. Hắn hát không hay lắm, nhưng chơi đàn Guitar thì tuyệt vời. Chúng tôi ở trại tị nạn Berlin cùng nhau có lẽ đến mấy tháng. Tết 1990, chúng tôi phải chuyển trại. Tôi về vùng Rheinland-Pfalz, còn Hiển về Bayern. Đêm từ biệt chúng tôi hát thâu đêm. Bia rượu vào, người đã quay quay, lúc đó Hiển đàn và hát bài gì đó nghe hay lắm. Tuy nhiên, tôi vẫn bảo, hát đúng lời chưa sướng lắm, chế lời mới phê. Vậy là, như vô thức tôi đế theo tiếng đàn của Hiển:

Sao em nỡ ra đi

Khi tình còn nồng thắm

Sao em nỡ ra đi

Không một lời nhắn gửi

Sao em nỡ ra đi

Như một người xa lạ

Sao em nỡ ra đi

Đêm đông còn giá lạnh

Sao em nỡ ra đi

Khi cỏ cây rụng lá

Sao em nỡ ra đi

Bản nhạc còn dang dở...

Hiển nghe gật gù, có vẻ khoái lắm. Nhưng thấy tôi dừng lại, hắn hỏi: Sao vậy? Tôi đành phải chế, và hát tiếp:

Anh hỏi em sao vậy?

Em trả lời:

Vì trời sắp sang xuân.

Không hiểu sao, ngay lúc đó tôi nhớ và ghi lại toàn bộ lời chế của bài hát. Hiển bảo, thành một bài thơ chứ chẳng đùa. Hãy lấy lời tựa là Sang Xuân. Tôi bảo, thơ vè gì, vui thôi. Tuy nhiên, tôi vẫn tôn trọng ý kiến ấy, nên chép lại thành một bản tặng vợ chồng Hiển Liên lúc chia tay nhau. Và đó cũng như một kỷ niệm của mùa xuân vậy.

Leipzig ngày 24-1-2020
(Đêm giao thừa Canh Tý 2020)

TẾT NƠI XỨ LẠNH NHỚ QUÊ NHÀ

Đã là cái Tết thứ 35 ở châu Âu, vậy mà không hiểu sao cứ mỗi độ xuân về làm tôi khắc khoải đến khôn cùng. Nỗi nhớ dồn trong nỗi nhớ. Nén chặt lòng mình, có lúc tưởng chừng muốn nổ tung như xác pháo trước hiên nhà. Dù năm nào cũng vậy, chúng tôi cùng nhau ngả lợn, rồi quây quần bên nồi bánh chưng, thoảng mùi khoai nướng sau vườn. Cái sự đầy đủ về vật chất, hương vị ấy, dường như chúng tôi vẫn còn cảm thấy chông chênh, thiếu vắng một cái gì đó. Không chỉ tôi ngơ ngác, mà mọi người ở đây đều suy tư, rồi tự vấn: Có lẽ, nơi chúng ta ngồi thiếu cái hồn và hương đất của quê nhà chăng?

Thật vậy! Mới hôm qua thôi, tôi tạt qua chợ xây dựng (Toom baumarkt) thật may mắn mua được cây đào đang nở hoa thật đẹp. Từ thân đến hoa lá như hình hài thu nhỏ của những cây đào trước sân nhà ở làng Trung Phụng Hà Nội, hay những ngày ở Nam Định của nửa thế kỷ trước trong ký ức tôi. Cây đào đến từ Á Châu chăng? Tôi hỏi. Gã nhân viên nháy mắt cười hóm hỉnh: Có thể, đến từ Việt Nam đấy, và chúng tôi chỉ có một cây duy nhất dành cho ông thôi. Tôi ôm chậu đào về, như thể ôm cả mùa xuân, cả cái Tết của đất Việt vào lòng vậy.

Gần chục năm nay, cuộc sống của tôi dường như chậm lại, nhất là những ngày Tết đến xuân sang. Sự thư thái ấy, càng làm cho con người sống thiên về hoài niệm, với những ký ức đã xa vời vợi. Do vậy, về miền ký ức, tìm lại dĩ vãng, tìm lại kỷ niệm, dù rằng rất nhỏ, song luôn thôi thúc, ám ảnh trong tôi. Dường như, viết cả một cuốn sách gần 300 trang Về miền ký ức, làm sống lại cả cái thuở ấu thơ ấy vẫn chưa đủ, mà phải đợi đến nồi bánh chưng đang sôi, tỏa ra mùi hương quê nhà, dưới ngọn lửa hồng ta vừa nhóm, mới làm hồn người dịu lại giữa ngày xuân, ngày Tết chăng? Vâng! Giữa trời Âu xa xôi và giá lạnh này, tưởng chừng không thể tìm ra cái hương vị đó. Và nhiều người cũng đã hỏi tôi như vậy. Nhưng quả thật, từ bao gạo nếp hoa vàng, thùng đậu xanh cho đến từng chiếc lá dong, hay cái lạt tre, ta có thể tìm thấy thật dễ dàng ở các cửa hàng thực phẩm, siêu thị Á Châu. Và có một nồi bánh chưng xanh rờn ở trời Âu này đơn giản lắm, chứ không hề vất vả và khổ cực như những ngày ấu thơ tôi...

Ngoài vườn tuyết vẫn rơi, trắng xóa, nhìn như đồng muối nơi quê nhà. Lửa đã tắt, bánh đã rền nhừ, hương khói quyện lên ấm hồn người, lẫn mảnh đất nơi ta đang đứng. Vậy mà bất chợt làm ta sững lại. Một tích tắc đó thôi cũng đủ kéo hồn ta về với những ngày ấu thơ khi còn cả cha lẫn mẹ...

Những thập niên sáu, bảy, tám mươi của thế kỷ trước ở miền Bắc, ngày Tết có được nồi bánh chưng, ngoài ki cóp gạo, đậu thịt ra, cái chất đốt cũng là một vấn đề gian nan, khổ cực. Nhớ ngay từ ngày hè, tôi được bố cho đi cùng mua than vụn. Than mang về, bố tôi đổ ra giữa sân. Rồi ra hồ móc đất bùn về nhào trộn đều với than, nắm thành viên cứ như trái cam đen vậy. Phơi nắng, phơi sương cho đến khô cong mới xếp vuông vức vào cạnh cái lò đất ở chái bếp. Chẳng biết từ khi nào, bố tôi kiếm, hay mua đâu đó được cái thùng tôn cũ mỏng, không có nắp, chứa được khoảng chừng hai chục chiếc bánh chưng. Cái thùng mảnh khảnh vậy, nhưng xoay vòng luộc, nấu bánh cho cả xóm trong những ngày giáp Tết. Do vậy, nó bị rò rỉ nhiều chỗ, bố tôi phải hì hục giã lá dong (hay lá gì đó?) thật nhiễn để bịt, chít vào đó, trông cám cảnh, long đong như cuộc đời ngắn ngủi của bố vậy. Nhưng khi luộc nấu lâu nó lại bong ra, nước nhỏ xuống than hồng nghe cứ xèo xèo, như rán mỡ... Mấy năm sau trở về Hà Nội, mẹ tôi vẫn đắp lò than, gói bánh chưng. Tôi vẫn phải lội xuống hồ cạnh nhà móc đất bùn nhào than cho mẹ. Mãi sau này, khi chuyển nhà ra Ô Chợ Dừa, mẹ tôi mới không đắp lò đất nữa.

Những năm gần đây, tôi thảnh thơi hơn. Tuy ở Đức, song Tết nào tôi cũng gói bánh. Củi nồi, gạo thịt... quá nhiều và thuận tiện. Lần nào luộc bánh cũng nghĩ đến bố, nước mắt tôi như muốn trào ra.

Ngày Tết không cứ trẻ con, mà dường như người lớn khoái đốt pháo. Tôi khoái nhất là cái món lì xì, mừng tuổi, có tiền mua pháo đì đẹt suốt những ngày Tết. Ông anh trên cũng vậy, còn máu pháo hơn tôi. Có lần, mẹ sai anh đi đâu đó. Lúc trở về, thấy tôi lấy trộm hết pháo của mình vừa mua bằng tiền mừng tuổi, ra đường đốt, anh bực lắm. Nắm chặt tay tôi, anh giơ cùi chỏ. Tôi nhắm mặt chịu trận. Nghĩ thế nào, anh lại đẩy tôi ra, lững thững đi về nhà. Mấy hôm sau, thấy anh hết giận, tôi hỏi sao không đánh. Anh bảo, nắm tay mày thấy gầy quá, nên tao không nỡ.

Hôm 23 ngày ông Công ông Táo về trời vừa rồi, anh gọi điện cho tôi. Bật màn hình, thấy anh đang ngất ngưởng với ông em rể bên cạnh cái đùi heo muối Iberico Tây Ban Nha, tôi gửi về. Anh bảo, chai Chivas bọn anh tấn gần hết rồi, chỉ còn cái đùi heo không nuốt được, mặn lắm. Có lẽ, phải thái nhỏ trộn nộm mới ăn được... Tôi nhắc lại chuyện trộm pháo ngày xưa, anh sụt sùi khóc: nhớ chú lắm... nhớ chú lắm, gần chục năm không gặp nhau rồi... Quả thực, 35 năm nay, tôi chỉ về nước có 4 lần. Lần sau cùng ở nhà được chục ngày, tôi bị trục xuất về Đức, bởi can tội viết văn, làm anh buồn lắm. Anh khóc làm cho tôi cũng chảy nước mắt. Có lẽ, không có gì day dứt, khổ tâm bằng nhìn người (đàn ông) già khóc. Không chịu nổi, tôi đành cắt ngang điện thoại của anh.

Thật vậy, với tôi, đường về nhà, về với anh vẫn còn khó khăn lắm. Và Tết con hổ này, vẫn phải nhắc lại cái giấc mơ từ gần hai chục năm trước tôi đã viết: Ôi! Giấc mơ, vẫn chỉ là những giấc mơ. Đời người như một dòng sông, có đôi bờ khi bồi khi lở. Có hoa lá rất nhiều, nhưng ta cảm thấy cháy ở trong lòng. Bão tố của mùa xuân, bão tố của lòng người biến thành dòng suối trắng đi qua bao năm tháng dài chờ đợi. Và lời hứa kia cũng tan như những bọt bèo. Bởi, đường về nhà còn xa vời vợi:

Anh bảo em mùa xuân

Sao chẳng thấy hoa hồng.

Anh bảo rằng yêu em

Sao chưa thấy lời hẹn.

Anh bảo sẽ có ngày

Đưa em về quê mẹ

Mà chờ hoài chẳng thấy.

Có lẽ nào tình yêu

Là đồng khô cỏ cháy

Và những lời anh hứa

Tan theo những bọt bèo.

Mái tóc dài chấm lưng

Anh thường khen thuở ấy

Hóa thành dòng suối trắng.

Em nhìn về nơi ấy

Bão tố đang thét gào.

(Bão Tố- Đỗ Trường)

Có lẽ, cái Tết 1981 cho tôi sự ám ảnh nhất, bởi suýt chết vì bom nổ thời bình. Cuối năm 1980 Thành (Khâm Thiên) rủ lên xưởng của nhà Nghĩa Chột (Hàng Chiếu) đánh bóng potang xe đạp. Đang đói, và vật vờ, tôi nhận lời ngay, dù chỉ làm đêm và thông cho đến tận đêm 29 Tết. Công việc không vất vả cho lắm, nhưng bụi sắt, bụi gang hơi khó chịu. Đêm 30 được nghỉ, Nghĩa Chột rủ tôi đến nhà bạn hắn cũng thương binh nặng, sống độc thân ở khu tập thể Vĩnh Hồ khật khừ cho vui, rồi quay về xông đất. Đúng lúc pháo rộ lên đùng đoàng, ông Nguyễn Hữu Thọ đọc thư chúc tết, một tiếng nổ như xé trời, làm rung chuyển nơi chúng tôi ngồi. Trần vữa đổ ụp xuống mâm cơm cúng giao thừa. Chúng tôi chạy bổ ra ngoài, thấy mấy căn hộ cạnh bên sụp đổ, tiếng la hét trong bụi gạch đất mịt mù. Mọi người ngơ ngác, chỉ biết tiếng nổ phát ra từ nhà ông giám đốc của một nhà máy đóng trên địa bàn Thượng Đình, hay Thanh Xuân gì đó.

Sáng mùng một, trên đường chở mẹ xuống chúc tết bà ngoại ở Nhân Chính, tôi gặp gã bạn thời phổ thông đang làm công an Quận Đống Đa, quần xắn móng lợn, đạp xe ngược chiều. Dừng xe, hắn bảo, vừa ở hiện trường, và kể: Nguyên nhân, do gã giám đốc đuổi việc một công nhân là bộ đội phục viên. Tuy nhiên, hoàn cảnh người công nhân rất khó khăn, và nhiều lần cầu khẩn giám đốc cho làm việc tiếp, nhưng đều bị khước từ. Đã đến đường cùng, do vậy, đêm ba mươi, người công nhân này đến nhà giám đốc mang theo ba lô bộc phá, và vẫn năn nỉ xin được hủy cái quyết định đuổi việc lần cuối. Nhưng người giám đốc dứt khoát nói không, rồi ngầm sai con trình báo công an. Và người con chưa kịp quay về, công an cũng chưa kịp đến, thì người công nhân đã cho ba lô bộc phá phát nổ. Vậy là, giám đốc và gia đình, cùng người công nhân tan tành như xác pháo.

Nghĩ, thân phận con người quê tôi, sao mà rẻ mạt đến vậy. Và sau cái đêm giao thừa tang thương, suýt chết đó, tôi rất sợ tiếng nổ và sợ cả pháo...

Leipzig ngày 29-1-2022

MÙA HOA GẠO

Sau mùa bão năm ấy, tôi trở về quê. Tháng ba, lúa đương thì con gái, xanh mướt một màu, trải dài đến tận chân đê. Chưa đến mùa mưa mà nước sông Đáy đã dềnh lên, cuộn chảy như rút ruột phù sa từ nơi thượng nguồn. Mặt trời thấp dần về phía tây, những tia nắng cuối ngày hắt ngược dãy núi hình cánh diều lên cao in vào nền trời. Lúc này, cửa cống chính Quỹ Nhất bắt đầu mở. Từ trên cao nhìn xuống, nước đổ vào những nhánh sông nhỏ, như nét chì vẽ ôm lấy xóm làng, với những cánh đồng mờ xa.

Chiến tranh, dường như làng cũng vắng người. Tôi liêu xiêu đi trong gió, cùng cái rét cuối mùa trên con đường tĩnh lặng. Tới nhà, cổng vẫn mở, nhưng chị Hậu đã đi đâu đó. Để balo, sách vở vào chiếc ổ rơm ở góc nhà, tôi chạy ra đình làng. Nơi hoa gạo chín rụng đỏ sân. Thấy tôi, chị Hậu dừng tay, ngẩng lên cười rất vui hỏi, không biết em về lúc nào, nên chị đã để cửa, không khóa. Mà sao biết chị ở đây? Không trả lời ngay, song tôi hỏi lại chị, nhặt hoa gạo để làm gì. Vuốt nhẹ cánh hoa gạo trên tay, chị bảo, làm thuốc. Tôi hơi ngạc nhiên, nhưng vẫn cúi xuống nhặt cùng chị... Và lúc sau, hoa đã đầy chiếc nón lá chị mang theo.

Về nhà trải ra chiếc nong, chị bảo sẽ phơi trong bóng râm, khi nào hoa khô thì cho vào chiếc chóe có nắp đậy kín, dùng dần. Thấy tôi có vẻ không tin cho lắm, chị cốc cốc vào đầu tôi: Chớ có coi thường, đơn giản, mộc mạc thế thôi, hoa gạo chữa được nhiều bệnh ra phết đấy. Không may em bị cảm cúm, sốt, hay mụn nhọt... sắc lấy nước, uống sẽ hết bệnh liền à. Chị học ở đâu vậy? Tôi hỏi chị. Đây là phương thuốc dân gian, ngày mẹ chị còn sống, mùa nào cũng làm, dùng cho cả năm luôn. Cho nên, chẳng bao giờ cụ phải đến trạm xá, hay bệnh viện cả.

Giáp hạt, dường như cả làng thiếu đói. Thật lạ, nơi vất vả làm ra lúa gạo lại là nơi đói nhất. Thấy tôi vu vơ gợi hỏi, chị Hậu hồn nhiên giảng giải, lúa gạo có lẽ đã gửi hết ra chiến trường rồi. Chắc không hẳn như vậy, bởi từ ông thư ký, đội trưởng đến chủ nhiệm hợp tác xã... ông quái nào nhìn cũng béo tốt, no đủ thừa mứa, đài xe, nhà cửa ngon lành, vợ con gia đình nhởn nhơ.

Không hiểu sao, ngay từ lúc còn bé tẹo ấy, tôi đã có suy nghĩ, và cãi lại chị Hậu như vậy. Chị Hậu nhìn tôi, im lặng. Bất giác chị nhìn lên nơi có ảnh thờ ba liệt sĩ, cha và hai người anh của mình. Tiếng thở dài của chị làm không gian chùng xuống. Có lẽ, chị đang nghĩ đến anh Cu Lớn, người yêu, người đàn ông duy nhất còn lại của mình đang ở ngoài mặt trận.

Tuy nhiên, tôi và chị Hậu chẳng những không bị đói, mà còn được ăn uống thay đổi nhiều món là đẳng khác. Bởi, chị Hậu có tài chế biến, chăm chỉ kiếm tìm thực phẩm.

Vườn, ao nhà, ngoài chăn nuôi, trồng rau quả, chị Hậu dành một khoảnh đất khá rộng cho cây dong. Sau tết, với những ngày đói kém giáp hạt, cũng là lúc tôi và Công giúp chị thu hoạch dong củ. Nguyễn Văn Công học trên tôi hai lớp, người làng bên, nhưng chị Hậu rất quý mến hắn. Có lẽ, bởi Công hiền lành, ít nói và có tài kẻ, vẽ rất đẹp. Tẩm ngẩm như vậy, song hắn thường nghĩ ra nhiều trò, và rủ tôi chơi cùng.

Khi củ dong đã được rửa sạch, tôi và Công mang chiếc guồng dong từ gác bếp xuống, chuẩn bị cho chị Hậu quay mài bột. Tôi không hỏi, cái guồng dong này, do ai đã làm, hay chị Hậu tự đóng. Bởi, nó rất đơn giản, chỉ là một đoạn lõi gỗ, được bọc bằng chiếc ống bơ đã được đục lỗ sắc nhọn, dày như bánh đa vừng vậy. Tâm lõi có hai đầu trục đặt vào ổ đỡ ở hai thành thùng gỗ, một đầu gắn tay quay. Chiếc thùng này, hình chữ nhật, có miếng gỗ đặt ngang, song song với trục quay. Đó là nơi đưa củ dong vào mài. Đáy và các góc thùng được bả kín matit. Ra giếng, chị Hậu múc đổ xâm xấp nước vào guồng dong. Một tay quay, một tay chị đẩy củ dong vào mài. Lúc lưng áo đẫm mồ hôi, thì guồng dong cũng đã đầy ự, chị đứng dậy vắt bã cho vào nồi cám lợn. Còn bột qua mấy lần lọc vải màn, chị ngâm nước để ép miến.

Khi miến phơi trên phên tre đã khô, chị Hậu cho vào, chế thành món xào với những con cua đồng, mà chúng tôi vừa móc được ở trong hang ngoài bờ ruộng. Tối đã lên đèn, dưới cái se lạnh còn lẩn quất đâu đó ngoài liếp cửa, hương của miến, mùi thơm của cua quyện lên, với ngọn lửa liu riu, thì dường như đã xua tan hết cái u tịch ngoài kia. Gặp một miếng cua đồng vàng ươm, béo ngậy cuộn tròn trong những sợi miến, sợi xu hào dai, mềm, cùng với răm, hành, ngò... cho vào miệng, chưa kịp nhai, vị ngọt đậm đà ấy, như tan ra, trôi tuột xuống nơi cuống họng vậy. Cái món ăn được chế biến từ rau củ, quả dân dã này, tưởng chừng chỉ để khỏa lấp đi những ngày đói kém, giáp hạt, thế mà nó như một con dấu, con triện đóng vào hồn tôi ngay từ buổi đầu còn non nớt ấy. Và quả thực, cho đến mãi bây giờ, tôi đã đi nhiều nơi, ăn ở những nhà hàng khác nhau, hay tự tay mình xào nấu, song cái khung cảnh ấy, hương vị ấy, không bao giờ tìm lại được nữa.

Hè đến sớm. Chùm xoan đầu ngõ chưa kịp chín, vậy mà cái nắng đã kéo nhiệt độ ngoài trời lên đến ba mươi độ. Thấy tôi nằm ườn trên chiếc chõng tre dưới hiên nhà, Công hỏi, có biết chơi súng tre (súng phốc) không, Tôi lắc đầu. Vậy thì dậy, tao sẽ chỉ cho mày cách làm, và bắn súng. Tôi bật dậy, theo Công ra bụi hóp sau nhà. Ngắm nghía một hồi, Công cũng chọn được cây hóp thẳng, và có đốt khá dài. Hắn bảo, mỗi đốt có thể làm được một chiếc. Rồi Công cắt đốt ưng ý nhất, cưa một đoạn ngắn mấu mắt để làm cán (thụt), đoạn dài còn lại làm thân súng. Cần độ bền, cứng không bị teo tóp, que thụt dứt khoát phải làm từ chiếc đũa tre cũ, hay vót từ một đoạn tre đã phơi khô. Tất nhiên, chiếc que thụt này, phải ngắn hơn thân súng. Trong lúc đo cắt, gọt dũa cho vừa lỗ của cán thụt, Công giải thích cho tôi như vậy...

Súng làm xong, Công trèo lên cây xoan đầu ngõ, vặt những quả còn xanh non để nạp đạn. Tiếng súng nổ đanh, bắn vào người cứ rát ràn rạt. Thấy tôi cười khoái chá, Công bảo: Cho mày cái này, tao sẽ làm cái khác. Rồi hắn giảng giải, ra vẻ hiểu biết, cặn kẽ lắm:

Nếu thích tiếng kêu to hơn nữa, thì phải cuốn thêm cái loa kèn ở đầu súng. Bây giờ, mới chỉ bắn được phát một. Muốn liên thanh thì phải khoét thêm một cái lỗ trên thân súng, để lắp thêm một cái ống đựng đạn, vuông góc với nòng súng. Tất nhiên, cái lỗ khoét này, và ống đạn, nòng súng phải bằng nhau. Như vậy, viên đạn mới có thể tự rơi xuống, để que thụt đẩy viên đạn vào nòng liên tục, từ đó súng có thể bắn liên thanh. Tuy nhiên, đạn phải chọn những quả xoan đều nhau...

Kể từ khi có súng, tôi được tham gia vào đánh trận giả với mấy ông bạn mới, cùng tuổi trẻ trâu. Một trò chơi hấp dẫn, có cảm giác mạnh. Dù đã được Công dạy cho cách ẩn nấp, lăn lê bò toài, song tôi bao giờ cũng bị phát hiện, và trúng đạn, loại vòng chiến đầu tiên. Tôi rất khoái trò chơi này, nhưng rất tiếc quả xoan chỉ có mùa, không chơi lâu được. Tất nhiên, súng phốc này có thể đì đẹt bắn đạn giấy. Tuy nhiên, không đanh tiếng bằng đạn xoan, mất cảm hứng. Hơn nữa, thời đó giấy, sách báo cũ cũng rất hiếm.

Chiến tranh, bom đạn, tàu bay, tàu bò quần thảo trên đất Bắc của ông Mỹ ngày càng ác liệt. Dường như, trưa nào cũng vậy, từ ngoài khơi từng tốp máy bay, phi vào, gầm rú như xé ở trên đầu. Ngưng tiếng động cơ, tôi và Công lại bê chõng ra bờ sông nằm ngủ, hoặc đùa giỡn. Tuổi chúng tôi lúc đó chỉ thấy ngột ngạt, chứ chưa hiểu nhiều về chiến tranh, song dưới bóng tre xanh, cảm thấy không khí của nó cũng dịu mát đi phần nào. Giờ này, nước sông rút xuống thấp nhất. Hai bên bờ đất bồi nước chỉ còn xâm xấp. Có lẽ, thiếu khí thở, hay đói quá từng đàn cá mương như trồi cả lên mặt nước. Đang cùng nhau tán láo, đột nhiên, Công đập vào vai, làm tôi giật cả mình: Bọn cá mương đói ăn, bây giờ xuống móc đất đắp bờ quây ô, nhử mồi cám, chắc bắt được nhiều.

Thấy tôi gật đầu, Công chạy về lấy đồ nghề... Hì hục một lúc, chúng tôi cũng hoàn thành xong mấy chiếc ô cách khá xa nhau, bờ cao ráo và vuông vức lắm. Công cẩn thận lấy cành rào khô chặn ngang cửa, để khi vãi cám không bị trôi ra ngoài ô. Hai thằng lên chõng nằm chờ. Nửa tiếng sau, cá đã chui hết vào ô, Công cầm bũng nhẹ nhàng chặn ngang, cho tôi móc đất đắp kín cửa. Thế là, tất cả những chú cá mương háu ăn bị nhốt hết vào trong rọ. Cái bũng, có lẽ là tiếng địa phương, hình thù gần như cái dậm, nhưng dài và nhỏ hơn, đánh bắt cua cá ở kênh mương nhỏ rất tiện lợi. Quả thực là nhiều cá. Chưa vét xong cái ô cuối, cá đã gần đầy cái nồi đồng.

Mệt quá, tôi bê nồi cá lên đường, định chuồn, để mình Công vét nốt. Chưa kịp ngồi xuống chõng, chẳng hiểu từ đâu, tiếng máy bay gào xé, xẹt qua đầu, thấp đến nỗi tưởng như ngọn tre bị chém gẫy gập xuống. Nồi cá tuột khỏi tay, tôi nằm úp mặt xuống đường. Chưa kịp hoàn hồn, tiếng bom nổ ầm ầm, máy bay vút lên, tiếng súng nối nhau nổ đì đẹt. Đất trời như nghiêng về một phía. Nồi cá lăn ngược về phía tôi. Lúc sau, tôi ngồi dậy, phía bắc không xa, cột khói trắng cuộn tròn lên như cắm vào nền trời. Chợt nhớ ra, tôi chạy xuống, thấy Công ngồi bệt xuống bùn, rúc đầu vào đám rễ tre. Tôi gọi, hắn quay lại, mặt tái mét. Chiếc bũng chẳng hiểu sao, văng được ra giữa sông. Công ú ớ mấy tiếng, rồi đứng dậy. Hắn đang định lội ra lấy cái bũng, thì chị Hậu hớt hải chạy đến gọi: Hai thằng về, xuống hầm ngay, có thể chúng lộn lại. Tôi nhặt cá cho vào nồi, rồi chạy theo chị Hậu.

Công về sau, vứt chiếc bũng ở giữa sân, ngồi làu bàu chửi.

Lúc sau, có tiếng khóc, tiếng í ới gọi nhau ở ngoài đường. Chị Hậu chạy ra, hỏi gì đó, quay vào ngồi thừ người xuống bậu cửa. Sao đấy chị? Tôi hỏi. Chị uể oải trả lời, bom đánh đúng kho thóc, ông Kim thủ kho, nhà ở cuối xóm chết không còn xác. Chúng tôi im lặng, nhìn nhau, nặng nề.

Tối hôm ấy, chị Hậu làm món cá om dưa. Một món mà tôi rất thích, nhưng không hiểu sao, tôi không muốn ăn. Chị Hậu cũng chống đũa, nhìn lên bầu trời. Trung tuần tháng 5 trăng sáng, bầu trời trong xanh vời vợi. Song còn có những cơn gió biển mặn chát, như xát muối vào lòng người vậy...

***

Một chiều mùa thu năm 1984, mẹ tôi vào chùa Trung Tự. Tôi buộc phải trông và bán hàng cho cụ. Khách đang đông, có một gã bộ đội cứ đứng ở cửa, tần ngần nhìn vào. Thấy lạ, lúc vãn khách, tôi quay ra hỏi hắn, có cần gì không? Ngập ngừng hắn hỏi lại tôi: Ông có phải là Trường, Đỗ Trường không? Tôi gật đầu, xác nhận. Mặt hắn như bừng tỉnh, lời nói hoạt bát hẳn lên: Công, Nguyễn Văn Công đây, nhận ra không? Ký ức chợt về, mừng quá ôm chặt lấy hắn: Nhớ! Vẫn còn mang theo hình bóng hai thằng mặc quần thủng đít. Vậy mà đã mười mấy năm rồi. Bây giờ, nhìn ông ngon lành như thế này, nhận ra thế chó nào được.

Kéo Công vào nhà, chuyện trò mới biết, học xong phổ thông, năm 1976 hắn phải vào lính. Đang đánh đấm ở Campuchia, năm 1979 hắn được lệnh chuyển ra mặt trận biên giới phía Bắc. Với những trận đánh ở

198

mặt trận Lạng Sơn, Cao Bằng, năm 1982 hắn bị thương nặng. Sau khi trị thương và an dưỡng, hắn chuyển về Trường văn hóa thương binh ở Nam Dương, Nam Trực. Rồi năm 1984 này, hắn thi đỗ vào Đại học y khoa Hà Nội.

Thế cũng mừng, Công đã toại nguyện với những ước mơ nghề nghiệp của mình, dù có hơi muộn. Trường Đại học y cũng gần, nên tuần nào hắn cũng ra nhà. Tôi có nhiều bạn bè làm việc ở đó, cũng giúp cho hắn với những bỡ ngỡ ban đầu. Ngoài tiền lương, và thương tật của Công hàng tháng, tôi cũng rủng rỉnh tiền trong túi, do vậy thời kỳ này, hắn không bị đói, rất yên tâm học tập. Mấy năm sau, trước khi sang Đức, tôi có nói với Dung Tân, và mấy người bạn thân làm việc ở Đại học y khoa: Nếu Công có khó khăn gì, cố gắng giúp hắn.

Năm 1990, Công tốt nghiệp ra trường. Lúc này, nước Đức thống nhất hai miền. Do vậy, cuộc sống có nhiều biến động. Nhận được thư, biết Công có quyết định về Nam Định. Nhưng hắn chưa nhận sự điều động này. Nghĩ, có lẽ hắn muốn ở lại Hà Nội, hoặc quanh quẩn đâu đó. Nên tôi có nhờ Nguyễn Bình Minh nói với bố là Nguyễn Thiện Luân, Thứ trưởng thường trực Bộ Nông Nghiệp tiếp nhận Công về Bệnh viện Bộ nông nghiệp ở Thường Tín. Nguyễn Bình Minh tuy ít tuổi, nhưng rất thân với tôi trong những năm tháng ở Đức này. Hơn nữa bố Minh lần nào sang Đức cũng ở chỗ tôi. Nên Minh gọi điện ngay. Và Thứ trưởng Nguyễn Thiện Luân bảo, Công cứ đến gặp, bất cứ lúc nào cũng được. Tuy nhiên, Công đã không đến. Bởi, hắn muốn vào Đak Lak. Đến lúc này, tôi cũng không hiểu, tại sao hắn lại có quyết định ấy. Từ đó, tôi và Công ít liên lạc được với nhau. Bởi, lúc đó điện thoại, hay công nghệ thông tin còn rất khó khăn.

Cách nay, có lẽ trên chục năm, ông em bác sỹ Nguyễn Văn Diệp (anh em chú bác với ông bạn cố tri bác sỹ Nguyên Xuân Diệm- Bệnh viện 175) đột nhiên gọi điện. Đã mấy chục năm, tôi không biết tin tức gì về Diệp, nên hỏi đang ở đâu. Diệp bảo, làm việc ở Bệnh viện tỉnh Đak Nông, nhưng hiện đang học chuyên khoa tai mũi họng ở Bệnh viện Bạch Mai. Chợt nhớ, tôi hỏi tiếp, có gặp Công không? Diệp bảo, anh Công mất mấy năm rồi. Tôi giật mình: Tại sao? Anh ấy xin xuống mãi Đak Ghềnh, Đak Mil, rồi lang thang vào rừng, vào bản chữa bệnh. Không may, một lần vào bản, bị tai nạn xe máy.

Tôi lặng người, tắt máy, bởi không còn đủ can đảm để hỏi Diệp tiếp về gia đình vợ con, cũng như mộ của Công bây giờ ở đâu.

Năm 2015, sau chục năm tôi mới có Visa về Việt Nam. Xong việc, tôi về thăm quê. Rất buồn, chị Hậu cũng đã mất, bởi uất ức về đất đai nhà cửa gì đó. Ngôi nhà cũ của chị đã thay chủ. Rất may, tôi gặp được anh Phan Việt ở nhà anh Cu Lớn chồng chị Hậu. Phan Việt là anh thứ hai của chị Hậu, trước đây tưởng anh đã tử trận. Nên có mộ gió, ảnh thờ ở nghĩa trang liệt sỹ. Chuyện trò, mới biết, sau khi bị thương nặng, anh được Quân đội VNCH cứu chữa, nên thay tên đổi họ, và chiêu hồi. Kết thúc chiến tranh, anh chuồn sang Đức, hiện ngụ ở ngoại ô thành phố Hannover. Phan Việt cùng thế hệ, cùng tới trường với nhà thơ Trần Mạnh Hảo, và các thầy Ngô Gia Lễ, Đỗ Trọng... Cuộc đời Phan Việt éo le, và có nhiều biến cố, mấy năm trước tôi đã viết thành truyện: Mộ Gió.

Mỗi một con người, dường như đều có một hoàn cảnh, một số phận đã định sẵn. Dù ngắn hay dài, họ đã đi qua và để lại những kỷ niệm tuyệt đẹp trong tâm hồn tôi. Nhớ và viết lại những kỷ niệm ấy, như một lời tri ân, và một lời thương nhớ, cũng như vơi đi nỗi đau trong lòng người vậy.

Leipzig ngày 26-3-2020

NGÀY GẶP LẠI

    Dường như càng lớn tuổi, con người thường sống thiên về quá khứ, với những hoài niệm và những ký ức xa vời vợi. Một kỷ niệm nhỏ cũng làm cho lòng người day dứt. Bình thường đã là thế, vậy mà chúng tôi, những người ba mươi năm xa quê, lấy nước Đức làm quê hương thứ hai, thì nỗi u hoài đó càng tăng lên gấp bội. Và có lẽ, không ai trong chúng tôi có thể quên cái cảm giác ngơ ngác buổi ban đầu, khi đặt chân đến thành phố Leipzig xa lạ. Để rồi, ba mươi năm sau, cũng trên chính mảnh đất ấy, một lần nữa chúng tôi lại ngơ ngác tìm, gọi tên nhau. Tuy có một chút bồi hồi với niềm vui và cả những nỗi buồn, nhưng nó như một chiếc đinh ghim, nén tình cảm vào lòng người vậy. Vâng! Ba mươi năm dài đẵng đẵng đó, tưởng chừng đã đi hết tuổi trẻ của chúng tôi. Nhưng không, kỳ lạ thay, cái giây phút gặp lại nhau ấy, cứ ngỡ sức sống, tuổi trẻ của chúng tôi đang được hồi sinh.

Nhà máy chế biến thực phẩm Leipzig, với cái tên dân dã: Lò Mổ, dường như đã in sâu vào tình cảm bất kể người Việt nào đã từng sống ở Đức. Nhà máy tọa lạc ở phía Nam của thành phố. Đứng trên cầu cao nhìn xuống, tưởng như nó chìm sâu vào màu xanh, vào những con phố nhỏ khúc khuỷu ngoặt về phía đường tàu sau lưng. Nằm trong quần thể Völkerschlachtdenkmal (Đài tưởng niệm trận đánh năm 1813 giữa liên quân Nga, Phổ, Áo, Thụy Điển với Hoàng đế Napoléon) và Hội Chợ Leipzig nổi tiếng thế giới, do vậy nhà máy cũng được rất nhiều người biết đến.

Chúng tôi tiếp nối công việc của đội lao động cũ, đã làm việc ở nhà máy từ năm 1982. Nơi ở khu nhà lắp ghép ở quận mới Grünau thuộc phía tây nam của thành phố. Từ đây xuống Lausen và hồ bơi, nhà nghỉ ở Kulkwitzer See, mà người Việt thường gọi bãi tắm truồng FKK rất gần. Ngày đầu chúng tôi khoái lắm, nên cuối tuần hay rủ nhau ra hồ. Đến nơi chẳng thằng nào đủ dũng khí cởi quần áo, trần như nhộng giống những người xung quanh. Mặc nguyên quần áo thấy kỳ, nên chúng tôi giả vờ đến Imbiss mua bia, lai rai. Tắm chán, đói, các cô mười sáu, mười bảy, mảnh mai, thon thả đến các bà sồn sồn, tồng ngồng lên mua đồ ăn. Chà chà... trắng, vàng, hồng, rực cả một góc trời, nhìn như một bầy thiên nga đang hạ thế. Ấy vậy, chỉ một vài lần chúng tôi chán, không còn hứng thú ra bãi tắm nữa. Sau này có mấy bác già như Thứ trưởng Nguyễn Thiện Luân, Vụ trưởng vụ kỹ thuật GS-TS Nguyễn Ngọc Kính... của Bộ Nông Nghiệp- Công Nghiệp Thực Phẩm sang công tác, công teo gì đó, chúng tôi đưa đi. Có bác hăng lên, mang theo cả ống nhòm, đứng núp từ bụi cây xa "mục sở thị". Một lần như vậy, rồi không thấy bác nào nhắc, nhờ đưa đi bãi tắm tiên nữa. Từ đó, tôi rút ra một điều, những cảnh trần trụi, kịch đường tầu như vậy đã làm giảm mất sự tò mò, khám phá lâu dài. Hơn nữa, nó không thích hợp với nếp suy nghĩ, tâm hồn, văn hóa sinh hoạt của người Việt và những nước Á châu, chịu ảnh hưởng lâu đời của Phật giáo, nho học chăng?.

Một trăm năm mươi thành viên trong đội, thuộc hai bộ Nông Nghiệp- Công Nghiệp Thực Phẩm và Quốc Phòng, sang làm ba đợt, sớm muộn khác nhau. Là nhà máy thực phẩm, do vậy việc kiểm tra sức khỏe và điệu trị bệnh tật trước khi vào làm việc mất thời gian khá lâu. Thời gian chờ đợi, mùa hè chúng tôi đi thu hoạch ngoài đồng với các bác nông dân khá vui. Chúng tôi có rất nhiều kỷ niệm vui buồn và có cả những việc làm bậy trong thời gian này. Những kỷ niệm ấy, tôi sẽ viết ở bài khác với chủ đề của nó. Hơn nữa bài này, có lẽ cũng đủ dài rồi.

Dường như, chúng tôi làm việc ở hầu hết các phân xưởng nào của nhà máy. Từ mổ xẻ, pha thịt, làm wurst đóng hộp đến rửa thùng, nhà lạnh và cơ khí... Tuy nhiên, có thể nói phân xưởng pha thịt là vất vả khốn nạn nhất. Trong phân xưởng vất vả đó, công việc cắt xẻ thịt của Tiến bọ nặng nhọc và nguy hiểm hơn nữa. Chỉ cần sơ sẩy một chút là đi đứt cánh tay như chơi. Công việc đó cần sức khỏe, sự can đảm. Nên việc này, ở trong phân xưởng chỉ có một thợ người Đức và Tiến bọ có thể làm. Thành thật mà nói, đối với người Việt, phi Tiến bọ ra không ai làm được. Tôi đã viết về Tiến bọ cùng bài chân dung của nhà thơ, nhạc sĩ Nguyễn Trọng Tạo. Tôi rất nhớ Tiến bọ (cũng như Thực Sieben) bởi anh em có rất nhiều kỷ niệm. Không biết giờ này hắn ở nơi đâu?

Vất vả là thế, nhưng chúng tôi lúc nào cũng là tâm điểm chú ý của mọi người. Bởi, tất cả các cuộc feier nhậu nhoẹt không thể thiếu chúng tôi với cái món lòng, tiết canh. Có lẽ, vào cuối tuần không có ký túc xá đội nào đông vui, nhộn nhịp bằng Đội lò mổ. Bởi, tất tần tật từ các bác nghiên cứu sinh, các ông bà cựu diễn viên, ca sĩ ở đội bóng đèn, hay các anh em lao động trên toàn Cộng Hòa đều mê cái khoản tiết canh, cổ hũ của chúng tôi cả... Khi cuộc sống mới bắt đầu hòa nhập thì Bức tường Berlin sụp đổ, kéo theo hệ thống chính trị xã hội Đức hoàn toàn đổi thay, chúng tôi như bầy chim tan đàn. Người chạy sang phía Tây, người thì về nước, và những người ở lại với sự ngắc ngoải của cuộc sống vô phương, không nhiều. Chúng tôi làm bất kể những công việc gì có thể. Kể cả bất hợp pháp. Rồi chúng tôi đã tự mở ra một con đường bằng sự cần cù, nhẫn nại của mình. Và may mắn thay, dường như tất cả chúng tôi đã đi được tới đích. Cuộc hồi sinh từ những con số không, với những điều không tưởng ấy, chắc chắn rằng, chúng tôi không bao giờ quên đi những người bạn, và (nước Đức) quê hương thứ hai đã che chở, bao dung.

Có thể nói, cuộc chia ly, hợp tan ấy như những con triện, con ấn đóng in vào lòng mỗi chúng tôi, và theo suốt những năm tháng sau này. Đêm 28 tháng 4 vừa rồi, trong lúc khật khừ nhấc lên nhấc xuống, một chút tĩnh lặng, tôi đọc bài thơ ghi vội lại cảm xúc lúc đó của mình. Vũ Thiên Tuấn, Nguyễn Minh Phong, Hai Hiển và Nguyễn Bình Giang... đều xúc động, mặt đuột ra, rồi bảo: Dường như Đỗ Trường không phải viết cho riêng mình.

Vâng, cái riêng đã chạm tới cái chung của mọi người, thì quả thật chẳng có sự chia sẻ nào bằng. Và nó cho tôi cảm giác như đang sống ở cái buổi chia ly của mấy chục năm trước vậy. Tôi vội cầm đàn và hát, để giấu đi cái cảm xúc, tâm trạng đang muốn bật khóc của mình:

"Và rồi... Tuyết đã rơi, mưa lại đổ, biết em nhìn mà anh không dám ngoái lại. Chúng ta phải chia tay nhau. Máy bay đã cất cánh. Bầu trời trong và xanh hơn. Bồng bềnh, bồng bềnh dường như anh đang lạc vào trong mắt em. Và chợt trong anh bật ra một câu thơ: Ôi! Đôi mắt của em là cả bầu trời xanh của vũ trụ/ Anh cứ đi tìm mãi/ Dù có hết đời anh, không bao giờ hết được/ Những gì trong mắt em... Và đã bao lần như vậy, anh nguyện làm người địa chất, đi vào mắt em tìm bao điều chưa nói... Nhưng nó cứ sâu thẳm mãi không thôi. Giờ chia ly, để lại trong lòng anh thật đắng cay và trống vắng. Và với em những áng mây kia, có lẽ, không thể che hết những gì mà chúng ta đã đi qua: *Để chiều nay em mải nhìn mãi lối đường xưa...*"

Ngày anh đi trời mưa phùn và bão tuyết

Bên cửa sổ em ngơ ngẩn đứng nhìn theo

Biết em nhìn mà anh không ngoái lại

Sợ mình không can đảm bước ra đi.

Chiếc chăn đơn chúng mình thường đắp

Anh để lại hơi ấm ở bên em

Sưởi cho em những đêm dài giá lạnh

Như những ngày còn sống ở bên nhau.

Khi vắng anh, ai là người nhóm lửa

Phụ cho em những bữa cơm chiều?

Khi vắng anh, ai là người đứng đợi

Đưa em về sau những buổi tan ca?

Còn đâu nữa những giờ nghỉ giữa ca

Anh hớt hải chạy xuống tìm em trong chốc lát

Để nhìn nhau, nói những chuyện vu vơ

Thế là đủ, anh lại về phân xưởng.

Bữa cơm trưa nay ai là người đến trước

Giữ cho em chiếc ghế cuối cùng?

Căng tin hôm nay như rộng thêm ra mãi

Chiếc ghế còn nhưng chẳng thấy anh đâu.

Đường Leipzig không còn anh nữa

Để cùng em vào những quán ăn xưa.

Ngày cuối tuần ai đưa em vào rạp hát?

Để chiều nay em mải nhìn mãi lối đường xưa...

(Lối Đường Xưa)

Dường như, sự thành công với chúng tôi không phải những cơ ngơi cửa nhà và tiền bạc, mà là thế hệ thứ hai. Những mầm sống chúng tôi đã gieo trên mảnh đất này. Thời gian qua mau, các con đã thay chúng tôi trả nghĩa cho nước Đức, làm rạng danh cho cộng đồng bằng tài năng và nghị lực. Có thể thấy đó là: Hai cháu con của Hòa Trường vô địch bóng bàn Quốc gia Đức năm 2018, nhiều năm vô địch bóng bàn sinh viên toàn CHLB Đức. Cả hai cháu từng thay mặt nước Đức tham gia thế vận hội sinh viên thế giới 2017 tại Taiwan và Châu Âu tại Bồ Đào Nha trong tháng 8-2018 này. Hai ca nhạc sỹ tài năng con Mai Châu hiện chơi trong ban nhạc của Đức. Một nữ nhạc sỹ, nhà tổ chức âm nhạc tài năng con Tuấn muối thịt. Hay một cháu dược sỹ cao cấp đầy tài năng con của Lan Giang. Vâng! Và còn rất nhiều cháu tài năng khác, chúng ta không thể liệt kê hết trên cùng một bài viết.

Ba mươi năm qua đi, thế hệ trẻ nhất của đội như: Phong, Kim, Hà, Tuấn con... cũng đã bước vào cái tuổi bốn chín, năm mươi. Và những người lớn tuổi như chị Hậu, Quyên, Văn, anh Đường... hay cụ Nguyễn Đắc Xiêm ở cái tuổi bảy ba, mang trong mình đầy bệnh tật, nhà thương, viện dưỡng lão là nơi đã phải đi đến. Rồi những Huệ, Công hoặc chị Thoa... đã vĩnh viễn từ bỏ chúng ta. Thời gian quả thật nghiệt ngã vô cùng. Tuy nhiên, có một điều may mắn, cựu đội trưởng, đội phó, phiên dịch cùng các ban bệ còn đầy đủ, và đều cư ngụ ở Đức cả. Vậy là cuộc tổ chức gặp mặt 30 năm được khởi động, với sự ủng hộ nhiệt thành của: Lan Giang, Hòa Vinh, Vinh Mơ, Phong Hương và anh chị em toàn đội. Có thể nói, ba mươi năm sống và làm việc ở Đức chưa khi nào gợi cho chúng tôi niềm cảm hứng như buổi gặp gỡ, họp mặt lần này. Không, phải nói: Ngày tìm và gọi tên nhau thì đúng hơn.

Từ viện dưỡng lão, có lẽ cụ Xiêm là người lọ mọ đến sớm nhất. Và trước chúng tôi là vợ chồng Trừng béo đến từ Ludwigsfelde. Vừa xuống xe, chưa kịp chào, đã nhận những câu hỏi dồn dập, không kịp trả lời. Trừng gầy, và nhẹ nhõm đi rất nhiều. Nếu bây giờ gọi Trừng béo, như ba chục năm trước, thì quả thực hơi oan uổng cho hắn. Trừng béo là người thẳng tính bộc trực. Hắn lăn lộn cùng anh chị em trong đội ngay từ những ngày đầu tụ họp ở Đông Anh, cho đến khi tan rã sau ngày bức tường Berlin sụp đổ. Và cái tính hắn hòa đồng, thường la cà ngồi bệt với anh em ăn uống rượu chè, tán phét. Là phiên dịch thông minh, giỏi tiếng Đức, nhưng can tội, khi nói tiếng Việt, hoặc Đức, Trừng béo không chịu phân biệt âm L với N. Bảo tập sửa, đơn giản thôi, hắn dứt khoát không chịu và cự lại: Tiếng nói của cha mẹ, xóm làng cho, bỏ thế chó nào được.

Đang đứng canh cho Trừng béo chui vào xe thay đồ vía, thì vợ chồng con cái Thọ Tâm cựu đội trưởng đến, đỗ xe sau lưng. Nghe nói, Thọ Tâm trên mình đã dính đầy thương tích, nhưng nhìn hắn vẫn còn hào hoa, ngon lành lắm. Ai nghĩ, dân Nghệ quê ta khô cằn, chém to kho mặn, gặp Thọ Tâm chắc chắn phải đổi lại tư duy. Thọ Tâm là người mang đặc tính, phong cách ngoại giao thâm thúy. Có nhiều "âm mưu" và đòn vọt, nhưng không hề gây tổn hại đến người khác, ấy là cái đáng quý của hắn. Nhớ hồi mới sang, trong thời gian khám sức khỏe, cả đội phải đi làm đồng. Buổi sáng, thường có xe của hợp tác xã đến đón. Quỳnh ngựa (Nguyễn Trọng Quỳnh) ra sớm, ngồi ghế đầu xe. Lúc sau, Hùng chuột (phiên dịch, mới từ Halle chuyển về) ra, đuổi Quỳnh ngựa xuống cuối xe, tranh ghế ngồi đầu. Đường đường là một kiến trúc sư ở Việt Nam sang đây bị Hùng chuột coi thường, với thái độ hống hách đó làm Quỳnh ngựa hậm hực lắm. Một hôm, trong lúc khật khừ bia rượu với tôi cùng Phú già, hắn lại nhắc lại sự hậm hực đó. Tôi bảo, hậm hực thì ông làm cái đơn kiện cái thái độ của nó, cần thiết cho cả báo chí ở trong nước chơi. Phú già họa vào, đúng đấy. Quỳnh bảo, đếch biết viết như thế nào. Phú già quay sang bảo tôi, mày văn hay chữ tốt viết đi. Thế là, tôi chợt nhớ ra, chỗ Đặng có vợ làm Tham tán thương vụ Sứ Quán có máy chữ. Hắn nghiên cứu vật lý ở Dresden, không hiểu sao thời gian đó lại ở Leipzig. Tôi đến Đặng ngồi cọc cạch viết, mang về đọc, Quỳnh ngựa và Phú già gật gù khen hay. Không ngờ cái đơn thư nặc danh đó cũng làm cho đội lộn xộn. Thọ Tâm mời Quỳnh ngựa sang hỏi han về vụ bị Hùng chuột đuổi. Chẳng biết, Thọ Tâm đòn vọt, hay nói những gì, Quỳnh ngựa về bảo tôi, sang Thọ Tâm rút lại thư kiện. Lúc đầu tôi không chịu, bảo, có biết chó thằng nào viết đâu, mà biết thì làm sao. Hơn nữa, tao cũng đang muốn về nước đây. Và quả thật như vậy, những ngày đầu ở Đức, tôi vô cùng chán nản. Bởi, ở nhà suốt ngày cỡi xe máy đi bán mua, chiều tối tụ tập bia rượu. Công việc ở quận (nhà nước) đã có người làm thay, và lương không lĩnh. Nhưng khi Phú già bảo, đủ rồi, không làm mất đoàn kết thêm nữa. Cùng cảnh xa nhà cả, tao và mày sang phòng Thọ Tâm rút lại thư kiện. Lúc đó, tôi gật đầu cùng đi với Phú. Thật ra, tôi và Hùng chuột chẳng thù hằn, ân oán giang hồ gì. Hùng chuột trạc tuổi chúng tôi, là người hiền lành, nhưng hắn sống dường như vị kỷ, có cá tính riêng biệt. Nhưng không hiểu sao hôm ấy ăn phải cái quái gì, hắn đối xử với Quỳnh ngựa như vậy mà thôi. Không biết bây giờ Hùng chuột ở đâu, ngày tụ hội 30 năm không thấy, và cũng không ai nhắc đến hắn. Nếu gặp, chắc chắn rồi, tôi sẽ uống với hắn một ly và nhắc lại chuyện cũ với những lời cảm thông cho nhau.

Đang nắm bắt tay vợ chồng Thọ Tâm, quay lại thấy ông em Vinh Mơ ở đâu chạy lại, ôm chặt nhau. Ở chung thành phố, ấy vậy ít khi chúng tôi gặp nhau. Có lẽ, do hoàn cảnh, sinh hoạt khác nhau. Chúng tôi hay tụ bạ rượu bia, đàn ca sáo nhị, còn Vinh Mơ đã đi vào con đường tĩnh lặng của riêng mình. Có thể nói, tôi đã viết và gắn bó với báo Viên giác cũng gần ba mươi năm. Hòa Thượng Thích Như Điển rất quý mến, dường như Tết nào cụ cũng gửi cho tiền mừng tuổi. Tuy đọc và nghiên cứu Phật pháp, nhưng tôi không thể làm được một tí tì ti như Vinh Mơ. Tôi phục hắn. Có lần hỏi các cụ trên chùa về hắn, có cụ bảo: Được đấy, được đấy. Tuy ít gặp, nhưng y rằng lần nào gặp, Vinh Mơ cũng đưa ra ý tưởng mới. Ăn chay trường, thế mà dạo này trông hắn có vẻ "đẫy đà" hẳn ra. Cái đầu trọc lốc, cái dáng đi của hắn bắt đầu chậm, khoan thai hơn. Nghe nói, Vinh Mơ đang chỉ huy xây dựng Chùa Việt ở Taucha lớn lắm. Nắm chặt tay tôi, hắn bảo, hôm nào nhất định anh phải xuống nhé.

Chúng tôi vừa bước lên bậc tam cấp, gặp chị Khuyên từ trong đi ra. Chưa kịp hỏi chị đang cư ngụ nơi đâu, đã thấy một bầy áo dài, kéo chị ra chụp ảnh. Nhìn chị trẻ trung, khỏe mạnh hơn cái tuổi thất thập của mình. Đứng từ hành lang nhìn ra, thấy thấp thoáng bóng áo dài đi đến, cười từ xa. Chúng tôi chịu, không thể nhận ra. Cứ nghĩ là chị Hiếu, nhưng Kim Sinh bảo: Hà, Hà Q đấy. Không hiểu sao, nhìn Hà Q, chợt làm tôi nghĩ đến mùa thu lá đang bay. Có chiếc xe mang biển số lạ đang tìm chỗ đậu, Bạch Trung Dũng, và Thông ngoắc tay: Có lẽ, là Kim anh ạ. Tôi ngoặc lại: Không phải, thằng Kim tóc gió đã thôi bay, tao mới gặp. Thằng này nhiều tóc lắm. Lúc sau lại gần, thấy vợ chồng hắn cười tươi. Phong Hương chạy đến bảo, vợ chồng Tuấn Hà đấy. Lại gần, thì nhận ra Tuấn ngay. Dù hắn chững chạc, với phong thái của ông chủ xây dựng chuyển sang hành nghề ăn uống dịch vụ. Còn Hà mít bước vào cái tuổi ngũ tuần, đâm ra nhẹ nhõm, người hình như dài ra thì phải. Ngoảnh ra phía sau, thấy một gã đẹp giai, lạ hoắc đang bê mấy thùng rượu vang từ xe ra. Cứ tưởng hắn mang hàng đặt (Lieferung) đến. Nhưng không phải, lúc sau thấy hắn khoác tay Lan tây đi ra chào mọi người. Lúc đó, tôi mới biết đó là Giang, hotboy của Lan tây. Nghe tên hắn đã lâu hôm nay mới gặp. Thì ra vợ chồng Lan Giang mang rượu đến tặng cho đội. Lan Giang vẫn giữ được nét trẻ trung, sắc sảo như ngày nào. Cũng không ngờ, Lan Giang còn có biệt tài làm MC, dẫn dắt chương trình sinh động ra phết. Lúc ăn uống, tôi ngồi cạnh Giang (Lan). Chẳng biết tuổi tác thế nào để xưng hô, Giang Lan bảo, có lẽ chúng ta hơn kém nhau không nhiều, cứ ông tôi, mày tao cho thân mật, đàn ông. Có lý. Thế là chúng tôi chuyện trò, đàn hát rất vui và xôm tụ. Lúc về Giang Lan mở xe tặng cho tôi mấy chai rượu. Tôi cảm động, đâm ra hơi bị bất cẩn, quên không hỏi địa chỉ của Giang Lan để gửi tặng hắn mấy cuốn sách của mình vừa xuất bản ở Berlin. Rất cảm ơn Giang Lan, mấy chai rượu ngon của bác, ngay tối hôm ấy chúng tôi tiếp tục chiến đấu hết ngay.

Thật ra gặp nhau vui, chẳng ai để ý đến ăn, mà chỉ uống, chủ yếu là bia. Chúng tôi cũng chẳng để ý sân khấu đang diễn ra trò gì. Lúc sau tất cả kéo nhau ra ngoài sân ngồi đàn hát. Phải nói, Hai Hiển có tài chế, nhại lời bài hát. Bất kể loại nhạc, và bài hát nào, hắn cũng có thể chế ngay lời hát theo được. Mấy chục năm gặp lại, Hai Hiển vẫn tính cách trẻ trung, và sống vô tư như thuở nào. Kim trọc dù công việc bận rộn, nhưng cái máu đàn hát vẫn không thể bỏ. Hắn hát không hay, nhưng chơi đàn Guitar còn lửa lắm. Với bạn bè, anh em Kim trọc là một trong những người nhiệt tình, và đầm ấm. Vũ Thiên Tuấn, nói như Hà con (đang ở Hà Nội) là Bác Tuấn (L). Tôi nhắc lại cái spitzname này với bác Tuấn, Phong Hương ngồi cạnh bảo, đúng là ông nhà văn này lấp lửng đểu một cách thâm thúy. Tuấn có lẽ, là một trong những người thành đạt nhất trong đội. Hắn chịu khó lăn lộn với đời. Bất cứ công việc gì cứ có mùi đồng là hắn lao vào chiến đấu quyết liệt, và cho đến tận cùng, miễn là hợp pháp. Do vậy, cơ ngơi ở Đức, cũng như ở Việt Nam của hắn to đùng ngã ngửa, chẳng khác gì các quan chức có vai vế ở trong nước vậy. Là người thể thao sport, do vậy hắn làm ra làm, chơi ra chơi. Thời gian làm việc ở Việt Nam thế nào tôi không biết, chứ cứ mấy tháng về Đức là hắn hò hét anh em, bè bạn tụ tập đàn ca sáo nhị. Hắn còn uống tốt, hát và chơi Guitar Classic hay ra phết. Chẳng vậy mà ngày mới sang Đức, chị Khuyên đội phó phải thốt lên: Đấy! Đến phòng chị em nào cũng thấy cái thằng Vũ Thiên Tuấn ngồi đàn hát. Có lẽ, anh em trong đội, tôi và Phong Hương nhiều trận bê xê lết với Tuấn nhất. Phong Hương tuy không biết đàn hát, nhưng là cổ động viên khí thế, nhiệt tình của chúng tôi. Tuấn có một ước nguyện, hai năm nữa về hưu, kiếm cái xe Auto thật to, chở mấy gia đình bè bạn đàn hát rong chơi, khắp châu Âu và sang Phi Châu.

Cứ gặp Dũng và Thông là buộc tôi nhớ về hình ảnh những ngày đầu của đội, khi mới bước chân sang Đức. Bởi, cái chân chất hương đồng gió nội ấy vẫn không chịu rời xa hai gã. Có lẽ, hai cái gã này có mang vào nồi luộc, rồi cho đóng Comple, Anzüg, hay đắp vàng vào người đi chăng nữa, thì cũng vẫn vậy thôi. Đã lâu lắm rồi không được về Việt Nam, lúc nào nhớ quá, tôi vượt 500 km đến hai gã như để tận hưởng cái bình dị, thật thà của thôn quê vậy...

Cứ ngỡ rằng, Thọ Tâm đã hết trách nhiệm với đội, với từng anh chị em trong đội từ 28 năm nay. Nhưng không phải như vậy, trách nhiệm trong cái Tâm của hắn luôn ấm lòng mỗi một con người chúng tôi. Một lần làm đội trưởng, hắn sẽ phải gánh suốt cả đời mình. Dường như, hắn không thể thờ ơ với bất kể anh chị em nào trong đội. Một cụ Xiêm (già) trong hoàn cảnh khó khăn, hắn kêu gọi anh em đồng tay giúp sức. Tuy rất nhỏ nhoi thôi, nhưng chắc chắn sẽ cho cụ Xiêm một động lực sống, bởi xung quanh vẫn còn anh chị em, bạn bè đội lò mổ cũ. Và hai năm đội gặp mặt một lần, có lẽ là quyết định chính xác, và đúng đắn nhất của mọi người. Bởi, chúng ta trung bình đã trên dưới lục tuần cả, còn lại được bao cái 5 năm, hoặc mười năm nữa.

Nhà tôi cách nhà Thọ Tâm chừng mấy trăm mét thôi, nhưng quả thật rất ít gặp nhau. Bởi mỗi người có công việc khác nhau. Tuy nhiên, sự quan tâm vẫn hướng và dành cho nhau. Thỉnh thoảng hắn vẫn gọi điện hỏi: Chú có sách mới chưa? Có mang cho anh đọc nhé. Vâng, sự quan tâm ấy, cũng cho tôi một động lực để viết. Cho đến nay, riêng ở Đức, Đỗ Trường đã có sáu tập sách đóng góp ở hai Thư viện Quốc gia Berlin và Leipzig. Âu đó cũng là một thú vui, một cái nghiệp viết mà mình không thể dứt bỏ vậy.

Leipzig 4-5-2018

MỤC LỤC

1- Người đàn bà trong đêm 5

2- Vấn Chập 19

3- Chuyện viết từ trại tị nạn Ingelheim 31

4- Cái bẫy 43

5- Kẻ gác chuồng người 57

6- Kẻ mộng du 66

7- Trại chó 81

8- Vẫn là hắn 88

9- Dị tật 98

10- Hai gã sui gia 106

11- Cuộc gặp bất ngờ 111

12- Trung cẩu 123

13- Gà chọi 134

14- Mùa trăng 142

15- Ba Lan, lan man chuyện 151

16- Gặp cu Tũn nhớ anh chủ nhiệm 163

17- Tản mạn mùa hè Budapest 169

18- Chuyện vặt đêm giao thừa 177

19- Tết nơi xứ lạnh nhớ quê nhà 185

20- Mùa hoa gạo 191

21- Ngày gặp lại 201